ตื่นเถิด
อิสราเอล

"ดวงอาทิตย์จะกลายเป็นความมืด ดวงจันทร์เป็นเลือด
ก่อนวันใหญ่ยิ่งและน่าสยดสยองของพระเจ้ามาถึง
และอยู่มาจะเป็นอย่างนี้
คือผู้ที่ร้องทูลออกพระนามของพระเยโฮวาห์จะรอด
เพราะจะมีคนรอดพ้นในภูเขาศิโยนและในเยรูซาเล็มตามที่พระเจ้าตรัสไว้
และในพวกคนที่รอดนั้น
จะมีบรรดาบุคคลที่พระเจ้าทรงเรียกด้วย"
(โยเอล 2:31-32)

ตื่นเถิด อิสราเอล

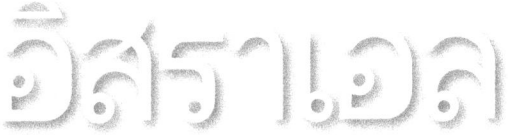

ดร.แจร็อก ลี

URIM BOOKS

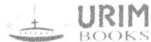

ตีนเถิด อิสราเอล
โดย ดร. แจร็อก ลี
จัดพิมพ์โดย อุริมบุคส์
851, คูโร-ดอง, คูโร-กุ, โซล เกาหลีใต้
www.urimbook.com

ห้ามจัดพิมพ์หนังสือเล่มนี้หรือส่วนหนึ่งส่วนใดของหนังสือเล่มนี้ซ้ำ หรือเก็บไว้ในระบบเพื่อนำกลับมาใช้ใหม่ หรือถ่ายทอดด้วยรูปแบบอื่นใด หรือโดยเครื่องมืออิเลกทรอนิกส์ เครื่องกล การถ่ายสำเนา การบันทึกหรือด้วยวิธีการหนึ่งใดเหล่านี้โดยมิได้รับอนุญาตจากผู้จัดพิมพ์อย่างเป็นลายลักษณ์อักษร

ข้ออ้างอิงพระคัมภีร์ที่ใช้ในหนังสือเล่มนี้นำมาจากพระคริสตธรรมคัมภีร์ไทยฉบับ 1971จัดพิมพ์โดยสมาคมพระคริสตธรรมไทย

สงวนลิขสิทธิ์ © 2008 โดย ดร. แจร็อก ลี

จัดพิมพ์ครั้งแรกโดยอุริมบุคส์ กรุงโซล ประเทศเกาหลี สงวนลิขสิทธิ์ © 2007,
ISBN: 979-11-263-1344-0 03230
ได้รับอนุญาตให้แปลเป็นภาษาอังกฤษโดยดร.คูยัง ซุง
ได้รับอนุญาตให้แปลเป็นภาษาไทยโดยดร.ดานิเอล แสงวิชัย

พิมพ์ครั้งที่ 1 เมื่อเดือนมีนาคม 2008

บทบรรณาธิการโดยดร.เจียมซุน วิน
จัดพิมพ์ในประเทศเกาหลีโดยอุริมบุคส์ (ผู้แทน:เจียมซุน วิน)
จัดพิมพ์ที่กรุงโซล ประเทศเกาหลี

อารัมภบท

ในช่วงเริ่มต้นของศตวรรษที่ 20 มีเหตุการณ์หลายอย่างเกิดขึ้นในดินแดนปาเลสไตน์อันแห้งแล้งซึ่งครั้งหนึ่งไม่มีใครต้องการอาศัยอยู่ในดินแดนแห่งนี้ ชาวยิวที่เคยกระจัดกระจายไปอยู่ในยุโรปตะวันออก รัสเซีย และทั่วโลกเริ่มรวมกลุ่มกันเข้ามาตั้งถิ่นฐานอยู่ในดินแดนที่เต็มไปด้วยขวากหนาม ความยากจน ความอดอยาก โรคภัยไข้เจ็บ และความทุกข์ระทม

แม้อัตราการเสียชีวิตอันเนื่องจากไข้มาลาเรียและความอดอยากในดินแดนแห่งนี้จะอยู่ในระดับที่สูง แต่ชาวยิวก็ไม่ได้ลดระดับความเชื่อและความปรารถนาอันแรงกล้าของตนลง คนเหล่านี้เริ่มต้นสร้าง “คิบบุตซ์” (ซึ่งมีลักษณะเหมือนนิคมสร้างอาชีพที่ผู้คนอาศัยและทำงานอยู่ร่วมกันในโรงงานหรือในฟาร์มโดยมีการแบ่งหน้าที่และรายได้ให้แก่กันและกัน) เหมือนที่ธีโอดอร์ เฮิร์ซล์ ผู้ก่อตั้งลัทธิซีโอนยุคใหม่กล่าวว่า “ถ้าคุณมีใจ ไม่มีสิ่งใดที่จะเป็นแค่ความฝัน” การรื้อฟื้นอิสราเอลขึ้นมาใหม่จึงกลายเป็นความจริง

ถ้าพูดกันอย่างตรงไปตรงมา มีผู้มองว่าการรื้อฟื้นอิสราเอลขึ้นมาใหม่เป็นเพียงความฝันที่ไม่มีวันสำเร็จเป็นจริงและไม่มีใครเชื่อในเรื่องนี้ แต่ชาวยิวกลับทำให้ความฝันนั้นเป็นจริง การถือกำเนิดของ

อิสราเอลทำให้ชาวยิวมีประเทศเป็นของตนเองอีกครั้งหนึ่งอย่างอัศจรรย์เป็นครั้งแรกในช่วงเวลาเกือบ 1,900 ปี

แม้ในท่ามกลางการข่มเหงและความทุกข์ระทมที่ยาวนานนับหลายศตวรรษ ชนชาติอิสราเอลยังคงยึดมั่นในความเชื่อ วัฒนธรรม และภาษาของตนอย่างเหนียวแน่นพร้อมทั้งพัฒนาตนเองขึ้นอย่างต่อเนื่อง หลังการก่อตั้งประเทศอิสราเอลในปัจจุบัน คนเหล่านี้ได้ทำการเพาะปลูกบนผืนดินที่แห้งแล้งและมุ่งพัฒนาอุตสาหกรรมในหลายด้านจนเป็นเหตุให้อิสราเอลถูกรวมอยู่ในกลุ่มประเทศที่พัฒนาแล้วในปัจจุบัน ชาวยิวเป็นกลุ่มชนที่น่าทึ่งซึ่งสามารถยืนหยัดและสร้างความมั่งคั่งให้กับตนเองในท่ามกลางสิ่งท้าทายและการคุกคามต่อความอยู่รอดของประเทศนี้

หลังการก่อตั้งคริสตจักรมันมินเซ็นทรัลเชิร์ชในปี 1982 พระเจ้าทรงเปิดเผยหลายสิ่งหลายอย่างเกี่ยวกับอิสราเอลต่อข้าพเจ้าโดยผ่านการดลใจของพระวิญญาณบริสุทธิ์เนื่องจากความเป็นเอกราชของอิสราเอลคือหมายสำคัญของยุคสุดท้ายและเป็นความสำเร็จตามคำพยากรณ์

บรรดาประชาชาติเอ๋ย จงฟังพระวจนะของพระเจ้าและจงประกาศพระวจนะนั้นในแผ่นดินชายทะเลที่ห่างไปจงกล่าวว่า "ท่านที่กระจายอิสราเอลนั้นจะรวบรวมเขาและจะดูแลเขาอย่างกับผู้เลี้ยงแกะดูแลฝูงแกะของเขา" (เยเรมีย์ 31:10)

พระเจ้าทรงเลือกสรรชนชาติอิสราเอลเพื่อเปิดเผยถึงการจัดเตรียมของพระองค์ในเรื่องการทรงสร้างและการฝึดร่อนมนุษย์ ประการแรก พระเจ้าทรงสร้างอาดัมผู้เป็น "บิดาแห่งความเชื่อ" แล

ะทรงแต่งตั้งยาโคบหลานชายของอับราฮัมให้เป็นผู้ก่อตั้งอิสราเอล พระเจ้าทรงประกาศถึงน้ำพระทัยของพระองค์ต่อลูกหลานของยาโคบอย่างต่อเนื่องและทรงกระทำให้การจัดเตรียมของพระองค์ในเรื่องการฝัดร่อนมนุษย์สำเร็จ

เมืออิสราเอลเชือในพระคำของพระเจ้าและเดินตามน้ำพระทัยของพระองค์อย่างเชือฟัง ชนชาตินีก็ชืนชมกับสง่าราศีและเกียรติยศอย่างยิงใหญ่เหนือบรรดาประชาชาติ แต่เมืออิสราเอลเหินห่างจากพระเจ้าและไม่เชือฟังพระองค์ ชนชาตินีก็ประสบกับความทุกข์ยากลำบากมากมายซึงรวมถึงการรุกรานของต่างชาติและการถูกบังคับให้พเนจรไปอาศัยอยู่ตามส่วนต่าง ๆ ของโลก

แม้ในยามทีอิสราเอลเผชิญกับความทุกข์ยากลำบากเนืองจากความบาปของตน แต่พระเจ้าก็มิได้ทรงทอดทิงหรือหลงลืมคนเหล่านี อิสราเอลผูกพันกับพระเจ้าอยู่เสมอผ่านทางพันธสัญญาของพระองค์ทีทรงให้ไว้กับอับราฮัมและพระเจ้าไม่เคยหยุดกระทำการเพือคนเหล่านี

ภายใต้การดูแลและการทรงนำอย่างอัศจรรย์ของพระเจ้า อิสราเอลได้รับการสงวนรักษาไว้ มีเอกราชเป็นของตนเอง และกลายเป็นชนชาติทียิงใหญ่เหนือบรรดาประชาชาติทังปวงอีกครังหนึง อิสราเอลได้รับการสงวนรักษาได้อย่างไรและทำไมคนเหล่านีจึงได้รับการรือฟืนขึนมาใหม่

หลายคนกล่าวว่า “การดำรงอยู่ของชาวยิวคือการอัศจรรย์” จากการกดขี่ข่มเหงอย่างรุนแรงและการถูกบีบคั้นในหลากหลายรูปแบบจนเหนือคำบรรยายซึงชาวยิวต้องสู้ทนในช่วงการกระจัดกระจาย

ไปตามที่ต่าง ๆ ประวัติศาสตร์ของอิสราเอลเพียงอย่างเดียวก็สามารถยืนยันถึงความจริงของพระคัมภีร์ได้

ถึงกระนั้น ความทุกข์ทรมานและภัยพิบัติที่จะอุบัติขึ้นหลังการเสด็จกลับมาครั้งที่สองของพระเยซูคริสต์จะรุนแรงยิ่งกว่าสิ่งที่ชาวยิวเคยเผชิญหลายเท่า แน่นอน ผู้คนที่ต้อนรับเอาพระเยซูเป็นพระผู้ช่วยให้รอดจะถูกรับขึ้นไปในฟ้าอากาศและเข้าร่วมในงานเลี้ยงสมรสกับองค์พระผู้เป็นเจ้า แต่ผู้คนที่ไม่ได้ต้อนรับเอาพระเยซูเป็นพระผู้ช่วยให้รอดจะถูกละไว้บนแผ่นดินโลกในเวลาที่พระองค์เสด็จกลับมา และจะประสบกับความทุกข์เวทนาครั้งใหญ่เป็นเวลาเจ็ดปี

"พระเจ้าจอมโยธาตรัสว่า 'ดูเถิด วันนั้นจะมาถึง คือวันที่จะเผาไหม้เหมือนเตาอบ เมื่อคนที่อวดดีทั้งสิ้นและคนที่ประกอบการอธรรมทั้งหมดจะเป็นเหมือนตอข้าว วันที่จะมานั้นจะไหม้เขาหมดจนไม่มีรากหรือกิ่งเหลืออยู่เลย'" (มาลาคี 4:1)

พระเจ้าทรงเปิดเผยถึงภัยพิบัติต่าง ๆ ซึ่งจะอุบัติขึ้นในช่วงเจ็ดปีแห่งความทุกข์เวทนาครั้งใหญ่โดยละเอียดแก่ข้าพเจ้า ด้วยเหตุนี้ ข้าพเจ้าจึงมีใจปรารถนาอย่างแรงกล้าที่จะเห็นคนอิสราเอลซึ่งเป็นชนชาติที่พระเจ้าทรงเลือกต้อนรับเอาพระเยซู (ผู้ทรงเคยดำเนินอยู่บนโลกนี้เมื่อสองพันปีก่อน) เป็นพระผู้ช่วยให้รอดของตนโดยไม่รีรอ เพื่อจะไม่มีชาวยิวคนหนึ่งคนใดถูกละไว้ให้ประสบกับความทุกข์เวทนาครั้งใหญ่ที่จะมาถึง

ในการฉลองครบรอบ 25 ปีของคริสตจักรมันมินเซ็นทรัลเชิร์ช ข้าพเจ้าได้เขียนหนังสือเล่มหนึ่งขึ้นมาพร้อมกับอุทิศงานเขียนชิ้นนี้เพื่อให้เป็นคำตอบต่อคำถามเรื่องพระเมสสิยาห์ที่ชาวยิวเฝ้ารอคอยม

านานนับสหัสวรรษและเพื่อไขข้อปริศนาจำนวนมากที่เกิดขึ้นอย่างต่อเนื่อง

ขอให้ผู้อ่านหนังสือเล่มนี้แต่ละท่านเปิดจิตใจรับเอาข่าวสารแห่งความรักของพระเจ้าและพบกับพระเมสสิยาห์ที่พระเจ้าทรงส่งมาเพื่อมนุษย์ทุกคนโดยไม่รีรอ ข้าพเจ้ารักท่านแต่ละคนด้วยหัวใจของข้าพเจ้า

พฤศจิกายน 2007
ณ บ้านอธิษฐานเกทเสมนี
แจร็อก ลี

บทนำ

ข้าพเจ้าขอบพระคุณและถวายเกียรติยศแด่พระเจ้าสำหรับพระพรและการทรงนำในการจัดพิมพ์หนังสือเรื่อง “ตื่นเถิด อิสราเอล” ในช่วงวาระสุดท้าย งานเขียนชิ้นนี้ถูกจัดพิมพ์ขึ้นตามน้ำพระทัยของพระเจ้าผู้ทรงพยามปลุกอิสราเอลให้ตื่นและทรงช่วยชนชาตินี้ให้รอด หนังสือเล่มนี้บรรยายถึงความรักอันยิ่งใหญ่ของพระเจ้าผู้ไม่ทรงปรารถนาให้ดวงวิญญาณแม้แต่ดวงเดียวต้องพินาศไป

บทที่ 1 “อิสราเอล: ชนชาติพระเจ้าทรงเลือกสรร” สำรวจถึงเหตุผลต่าง ๆ ของการทรงสร้างและการฝึดร่อนมนุษย์ของพระเจ้าบนแผ่นดินโลกและการจัดเตรียมของพระองค์โดยการเลือกสรรและการปกครองคนอิสราเอลซึ่งเป็นชนชาติที่พระเจ้าทรงเลือกไว้ในประวัติศาสตร์ของมนุษย์ บทนี้ยังแนะนำให้เรารู้จักกับบรรพบุรุษผู้ยิ่งใหญ่หลายคนของอิสราเอลรวมทั้งองค์พระผู้เป็นเจ้าของเราผู้เสด็จเข้ามาในโลกตามคำพยากรณ์ที่ทำนายถึงการเสด็จมาของพระผู้ช่วยให้รอดของมนุษย์จากวงศ์วานของดาวิดเช่นกัน

บทที่ 2 “พระเมสสิยาห์ที่พระเจ้าทรงส่งมา” ยืนยันถึงการเป็นพร

ะเมสสิยาห์ของพระเยซูผู้ซึ่งชาวยิวยังคงรอคอยการเสด็จมาของพระองค์อยู่ในวันนี้และบอกถึงคุณสมบัติของพระองค์ในการเป็นพระผู้ช่วยให้รอดของมนุษย์ตามกฎแห่งการไถ่ถอนที่ดินด้วยการสำรวจคำพยากรณ์ต่าง ๆ ของพระคัมภีร์เกี่ยวกับพระเมสสิยาห์ นอกจากนี้บทที่ 2 ยังสืบค้นเช่นกันว่าพระเยซูทรงทำให้คำพยากรณ์ต่าง ๆ ของพระคัมภีร์เดิมเกี่ยวกับพระเมสสิยาห์สำเร็จอย่างไรรวมทั้งประวัติศาสตร์ของอิสราเอลและการสิ้นพระชนม์ของพระเยซูมีความสัมพันธ์กันอย่างไร

บทที่ 3 "พระเจ้าที่อิสราเอลเชื่อ" ให้ความสนใจกับชนชาติอิสราเอลซึ่งเชื่อฟังธรรมบัญญัติและธรรมเนียมปฏิบัติอย่างเคร่งครัดและอธิบายให้คนเหล่านี้ทราบถึงสิ่งที่พระเจ้าทรงพอพระทัย นอกจากนั้น บทนี้แนะนำให้คนอิสราเอลเข้าใจถึงน้ำพระทัยที่แท้จริงพระเจ้าอย่างลึกซึ้งในการประทานธรรมบัญญัติให้กับเขาพร้อมทั้งทำให้ธรรมบัญญัติครบถ้วนสมบูรณ์ด้วยความรักโดยเตือนให้คนเหล่านี้ระลึกว่าเขาได้เหินห่างไปจากน้ำพระทัยของพระเจ้าเพราะเหตุธรรมเนียมปฏิบัติที่พวกผู้ใหญ่กำหนดขึ้น

บทที่ 4 "จงฟังและจงเฝ้าระวัง" สำรวจยุคสมัยของเราซึ่งพระคัมภีร์พยากรณ์ว่าเป็น "ยุคสุดท้าย" และการปรากฏตัวของผู้เป็นปฏิปักษ์ของพระคริสต์ที่กำลังจะเกิดขึ้นรวมทั้งภาพรวมของช่วงเจ็ดปีแห่งความทุกข์เวทนาครั้งใหญ่ ยิ่งกว่านั้น บทนี้ยังวิงวอนคนอิสราเอลไม่ให้ละทิ้งโอกาสสุดท้ายของการรับความรอดด้วยการยืนยันถึงเคล็ดลั

บสองประการของพระเจ้าซึ่งพระองค์ทรงจัดเตรียมไว้สำหรับชนชาติที่ทรงเลือกด้วยความรักมั่นคงของพระองค์เพื่อคนเหล่านี้จะได้รับความรอดในช่วงสุดท้ายของการฝัดร่อนมนุษย์

เมื่ออาดัมทำบาปด้วยการไม่เชื่อฟังและถูกขับไล่ออกจากสวนเอเดน พระเจ้าทรงนำท่านไปอาศัยอยู่ในแผ่นดินที่เต็มไปด้วยขวากหนามซึ่งได้แก่ดินแดนอิสราเอลในปัจจุบัน นับจากนั้นเป็นต้นมา ตลอดประวัติศาสตร์ของการฝัดร่อนมนุษย์ พระเจ้าทรงเฝ้ารอคอยมาเป็นเวลาอันยาวนานนับสหัสวรรษ (และยังทรงรอคอยอยู่ในปัจจุบัน) ด้วยความหวังว่าพระองค์จะมีบุตรที่แท้จริง

โปรดอย่ารีรอหรือเสียเวลาอีกเลย ขอให้ท่านแต่ละคนรู้ว่ายุคสมัยของเราเป็นวาระสุดท้ายและจงเตรียมรอรับองค์พระผู้เป็นเจ้าผู้จะเสด็จกลับมาในฐานะจอมกษัตริย์เหนือกษัตริย์ทั้งหลายและจอมเจ้านายเหนือเจ้านายทั้งหลาย ข้าพเจ้าอธิษฐานในพระนามของพระองค์...อาเมน

พฤศจิกายน 2007

เจียม-ซุน วิน

หัวหน้าฝ่ายบรรณาธิการ

สารบัญ

อารัมภบท

บทนำ

คำนิยม

บทที่ 1—อิสราเอล: ชนชาติที่พระเจ้าทรงเลือกสรร

ปฐมบทแห่งการฝัดร่อนมนุษย์

บรรพบุรุษผู้ยิ่งใหญ่

ผู้คนที่เป็นพยานถึงพระเยซูคริสต์

บทที่ 2—พระเมสสิยาห์ที่พระเจ้าทรงส่งมา

พระสัญญาเกี่ยวกับพระเมสสิยาห์

คุณสมบัติของพระเมสสิยาห์

พระเยซูทรงทำให้คำพยากรณ์สำเร็จ

การสิ้นพระชนม์ของพระเยซูและคำพยากรณ์เกี่ยวกับอิสราเอล

บทที่ 3—พระเจ้าที่อิสราเอลเชื่อ
ธรรมบัญญัติและธรรมเนียมปฏิบัติ
พระประสงค์ที่แท้จริงของพระเจ้าในการประทานธรรมบัญญัติ

บทที่ 4—จงฟังแลจงเฝ้าระวัง
สู่วาระสุดท้ายของโลก
นิ้วเท้าทั้งสิบ
ความรักมั่นคงของพระเจ้า

บทที่ 1
อิสราเอล: ชนชาติที่พระเจ้าทรงเลือกสรร

ปฐมบทแห่งการฝัดร่อนมนุษย์

ในฐานะตัวแทนของพระเจ้าและเป็นผู้นำที่ยิ่งใหญ่ของอิสราเอล ซึ่งปลดปล่อยชนชาตินี้ออกจากการเป็นทาสในอียิปต์และนำคนเหล่านั้นเข้าสู่คานาอันแผ่นดินแห่งพันธสัญญา โมเสสเริ่มต้นหนังสือปฐมกาลด้วยถ้อยคำต่อไปนี้

"ในปฐมกาลพระเจ้าทรงเนรมิตสร้างฟ้าและแผ่นดิน" (1:1)

พระเจ้าทรงสร้างฟ้าสวรรค์และแผ่นดินโลกรวมทั้งทุกสิ่งที่อยู่ในที่เหล่านั้นในหกวัน ในวันที่เจ็ดพระองค์ทรงหยุดพักทรงอวยพระพร และทรงตั้งวันนี้ไว้เป็นวันบริสุทธิ์ ทำไมพระเจ้าพระผู้สร้างจึงทรงสร้างจักรวาลและสิ่งสารพัดในที่แห่งนั้น ทำไมพระองค์จึงทรงสร้างมนุษย์และอนุญาตให้ผู้คนจำนวนนับไม่ถ้วนนับจากอาดัมอาศัยอยู่บนแผ่นดินโลก

พระเจ้าทรงแสวงหาผู้คนที่พระองค์สามารถ
แลกเปลี่ยนความรักกับเขาตลอดไป

ก่อนการทรงสร้างฟ้าสวรรค์และแผ่นดินโลก พระเจ้าผู้ยิ่งใหญ่ทรงดำรงอยู่ในจักรวาลอันกว้างใหญ่ไพศาลในฐานะความสว่างที่ประกอบด้วยพระสุรเสียง หลังจากช่วงเวลาอันยาวนานของการดำรงอยู่โดยลำพัง พระเจ้าทรงปรารถนาที่จะมีผู้คนซึ่งพระองค์สามารถแลกเปลี่ยนความรักกับเขาตลอดไป

พระเจ้าไม่ได้มีเพียงธรรมชาติของพระเจ้าซึ่งบ่งบอกถึงความเป็นพระเจ้าพระผู้สร้างของพระองค์เท่านั้น แต่พระองค์ทรงมีธรรมชาติของมนุษย์ซึ่งทำให้พระองค์ทรงรู้สึกถึงความชื่นชมยินดี ความโกรธ ความเสียใจ และความสุขด้วยเช่นกัน ดังนั้นพระองค์จึ

งทรงปรารถนาที่จะมอบความรักและรับเอาความรักนั้นจากอีกบุคคลหนึ่ง มีข้ออ้างอิงในพระคัมภีร์มากมายที่ชี้ให้เห็นว่าพระเจ้าทรงมีธรรมชาติของมนุษย์ พระองค์ทรงพอพระทัยและทรงชื่นชมยินดีกับการประพฤติอันชอบธรรมของคนอิสราเอล (เฉลยธรรมบัญญัติ 10:15; สุภาษิต 16:7) แต่พระองค์ทรงเศร้าพระทัยและทรงพระพิโรธเมื่อคนเหล่านั้นทำบาป (อพยพ 32:10; กันดารวิถี 11:1; 32:13)

หลายครั้งมนุษย์ต้องการอยู่โดยลำพัง แต่เขาจะชื่นชมยินดีและเป็นสุขมากขึ้นถ้าเขามีเพื่อนสักคนที่เขาสามารถแบ่งปันเรื่องราวในใจของตนกับคนนั้นได้ เพราะพระเจ้าทรงมีธรรมชาติของมนุษย์ พระองค์จึงปรารถนาที่จะมีใครสักคนซึ่งพระองค์สามารถมอบความรักและความเข้าใจให้กับบุคคลนั้น ในทางกลับกัน พระองค์ทรงต้องการให้บุคคลนั้นมอบความรักและความเข้าใจในพระทัยของพระองค์เช่นกัน

ในโลกที่กว้างใหญ่ไพศาลใบนี้คงเป็นเรื่องที่น่ายินดีและน่าสุขใจอย่างมากถ้าข้าพเจ้ามีลูกที่รู้ใจข้าพเจ้าและสามารถแลกเปลี่ยนความรักกับข้าพเจ้าได้

ด้วยเหตุนี้ เมื่อถึงเวลาของพระองค์ พระเจ้าจึงทรงกำหนดแผนการที่จะมีบุตรที่แท้จริงซึ่งมีลักษณะเหมือนพระองค์ เพื่อให้บรรลุตามแผนการดังกล่าวพระเจ้าจึงทรงสร้างทั้งโลกฝ่ายวิญญาณและโลกกายภาพขึ้นเพื่อให้เป็นที่อยู่อาศัยของมนุษย์

บางคนอาจคิดว่า "ในสวรรค์มีเทพบริวารและเหล่าทูตสวรรค์ซึ่งพร้อมที่จะเชื่อฟังพระองค์อยู่มากมาย ทำไมพระเจ้าจึงต้องมาลำบากกับการสร้างมนุษย์อีกเล่า" ยกเว้นทูตสวรรค์บางองค์ ทูตสวรรค์ส่วนใหญ่ไม่มีธรรมชาติของมนุษย์ซึ่งเป็นองค์ประกอบสำคัญในการมอบและการรับเอาความรัก ทูตเหล่านั้นไม่มีเสรีภาพในการตัดสินใจเลือกด้วยตนเองได้ สิ่งมีชีวิตในสวรรค์เหล่านั้นเป็นเหมือนหุ่นยนต์ซึ่งเชื่อฟังคำสั่งแต่ไม่มีความรู้สึกชื่นชมยินดี ความโกรธ

ความเสียใจ หรือความสุขใจ ทูตเหล่านี้ไม่สามารถให้และรับเอาความรักซึ่งออกมาจากส่วนลึกแห่งจิตใจของตนได้

สมมติว่ามีลูกอยู่สองคน คนหนึ่งเชื่อฟังและทำตามคำสั่งสิ่งที่ตนได้รับมาโดยไม่แสดงอารมณ์ความรู้สึก ความเห็น หรือความรักของตนออกมา ในขณะที่ลูกอีกคนหนึ่งแม้เขาจะทำให้พ่อแม่ของตนเสียใจบ้าง แต่เขาก็กลับใจอย่างรวดเร็ว ยึดมั่นในความรักของพ่อแม่ และแสดงความรู้สึกในใจของตนออกมาในหลากหลายแนวทาง

ระหว่างลูกทั้งสองคนนี้ ท่านชอบลูกคนไหนมากกว่า ผู้คนส่วนใหญ่จะเลือกลูกคนที่สอง แม้ท่านจะมีหุ่นยนต์ตัวหนึ่งที่พร้อมทำหน้าที่ทุกอย่างให้กับท่าน แต่ไม่มีใครอยากได้หุ่นยนต์ตัวนั้นเป็นลูกของตนอย่างแน่นอน ในทำนองเดียวกัน พระเจ้าทรงพอพระทัยที่จะมีบุตรเป็นมนุษย์ซึ่งพร้อมจะเชื่อฟังด้วยความยินดี ด้วยเหตุผล และด้วยอารมณ์ความรู้สึก มากกว่าที่จะมีบุตรเป็นเทพบริวารและทูตสวรรค์ซึ่งเป็นเหมือนหุ่นยนต์

การจัดเตรียมของพระเจ้าเพื่อทำให้พระองค์มีบุตรที่แท้จริง

หลังจากสร้างอาดัม พระเจ้าจึงทรงสร้างสวนเอเดนและทรงอนุญาตให้อาดัมครอบครองสวนนั้น ในสวนเอเดนมีทุกสิ่งอุดมสมบูรณ์และอาดัมครอบครองเหนือสวนนั้นด้วยเสรีภาพแห่งการตัดสินใจและสิทธิอำนาจที่พระเจ้าทรงมอบให้ แต่มีสิ่งหนึ่งที่พระเจ้าทรงสั่งห้ามเอาไว้

บรรดาผลไม้ทุกอย่างในสวนนี้เจ้ากินได้ทั้งหมด เว้นแต่ต้นไม้แห่งความสำนึกในความดีและความชั่ว ผลของต้นไม้นั้นอย่ากินเพราะในวันใดที่เจ้าขืนกิน เจ้าจะต้องตายแน่ (ปฐมกาล 2:16-17)

นี่เป็นระบบที่พระเจ้าทรงตั้งไว้ระหว่างพระเจ้าพระผู้สร้างกับม

นุษย์ที่พระองค์ทรงสร้างขึ้นและพระองค์ทรงต้องการให้อาดัมเชื่อฟังด้วยเสรีภาพในการตัดสินใจและจากส่วนลึกแห่งจิตใจของตน แต่หลังจากช่วงเวลาอันยาวนานผ่านพ้นไป อาดัมไม่ได้เชื่อฟังพระคำของพระเจ้าและทำบาปด้วยการกินผลจากต้นไม้แห่งความสำนึกในความดีและความชั่ว

ปฐมกาลบทที่ 3 เป็นภาพเหตุการณ์ที่งูซึ่งถูกยุยงจากซาตานเพื่อให้มาถามเอวาว่า "จริงหรือที่พระเจ้าตรัสห้ามว่า 'อย่ากินผลจากต้นไม้ใด ๆ ในสวนนี้'" เอวาตอบงูนั้นว่า "พระเจ้าตรัสห้ามว่า 'อย่ากินหรือถูกต้องเลย มิฉะนั้นจะตาย'"

พระเจ้าตรัสกับเอวาอย่างชัดเจนว่า "เพราะในวันใดที่เจ้าขืนกินเจ้าจะต้องตายแน่" แต่เอวาเปลี่ยนคำสั่งห้ามของพระเจ้าและพูดว่า "มิฉะนั้นจะตาย"

เมื่อรู้ว่าเอวาไม่ได้จดจำคำสั่งห้ามของพระเจ้าไว้ในจิตใจของตนงูจึงรุกเร้าผู้หญิงคนนั้นมากขึ้นด้วยการทดลองหญิงนั้นว่า "เจ้าจะไม่ตายจริงดอก เพราะพระเจ้าทรงทราบอยู่ว่าเจ้ากินผลไม้นั้นวันใด ตาของเจ้าจะสว่างขึ้นในวันนั้น แล้วเจ้าจะเป็นเหมือนพระเจ้าคือสำนึกในความดีและความชั่ว"

เมื่อซาตานใส่ลมปราณแห่งความโลภเข้าไปในความคิดของเอวา ต้นไม้แห่งการสำนึกในความดีและความชั่วเริ่มมีลักษณะแตกต่างออกไปในสายตาของเธอ ต้นไม้นั้นดูน่ากินและน่าดูทั้งยังเป็นต้นไม้ที่มุ่งหมายจะให้เกิดปัญญา เอวาจึงเก็บผลไม้มากินและส่งให้สามีกินด้วย ทั้งสองคนจึงกินผลจากต้นไม้นั้น

นี่คือวิธีการที่อาดัมและเอวาทำบาปด้วยการไม่เชื่อฟังพระคำของพระเจ้าและจบลงด้วยความตาย (ปฐมกาล 2:17)

คำว่า "ความตาย" ในที่นี้ไม่ได้หมายถึงการตายฝ่ายร่างกายซึ่งเกิดขึ้นเมื่อมนุษย์สิ้นลมหายใจแต่หมายถึงความตายฝ่ายวิญญาณ หลังจากกินผลจากต้นไม้แห่งการสำนึกในความดีและความชั่ว อาดัมได้ให้กำเนิดบุตรอีกหลายคนและท่านเสียชีวิตเมื่ออายุ 930 ปี

(ปฐมกาล 5:2-5) ข้อนี้ทำให้เรารู้ว่า "ความตาย" ในที่นี้ไม่ได้หมายถึงความตายฝ่ายร่างกาย

ครั้งแรกมนุษย์ถูกสร้างขึ้นให้มีร่างกาย จิตใจ และจิตวิญญาณ มนุษย์มีจิตวิญญาณซึ่งทำให้เขาสามารถสื่อสารกับพระเจ้า มนุษย์มีจิตใจซึ่งอยู่ภายใต้การควบคุมของจิตวิญญาณ และมนุษย์มีร่างกายซึ่งทำหน้าที่เป็นโล่ป้องกันให้กับจิตใจและจิตวิญญาณ วิญญาณจิตของมนุษย์ตายเพราะละเลยคำสั่งห้ามของพระเจ้าและหลงทำบาป วิญญาณจิตที่สื่อสารกับพระเจ้าจึงได้รับความเสียหายอย่างรุนแรง นี่คือ "ความตาย" ที่พระเจ้าตรัสถึงในปฐมกาล 2:17

หลังจากทำบาป อาดัมและเอวาจึงถูกขับออกจากสวนเอเดนอันงดงามและอุดมสมบูรณ์ ความทุกข์ทรมานของมวลมนุษยชาติจึงเริ่มต้นขึ้น ความเจ็บปวดของการมีบุตรทวีคูณขึ้นสำหรับผู้หญิงที่ยังคงปรารถนาสามีและอยู่ภายใต้การปกครองของเขาในขณะที่ผู้ชายต้องทำมาหากินบนแผ่นดินที่ถูกสาปด้วยความทุกข์ลำบากตลอดชีวิตของตน (ปฐมกาล 3:16-17)

ในเรื่องนี้ปฐมกาล 3:23 บอกเราว่า "เพราะเหตุนั้นพระเจ้าจึงทรงขับไล่เขาออกไปจากสวนเอเดน ให้ไปทำไร่ทำสวนในที่ดินที่ตัวถือกำเนิดมานั้น" คำว่า "ทำไร่ทำสวนในที่ดิน" ในข้อนี้ไม่ได้หมายความว่ามนุษย์ต้องทำมาหากินด้วยความยากลำบากบนผืนดินเท่านั้น แต่ยังบ่งชี้ถึงการที่มนุษย์ถูกสร้างขึ้นมาจากดิน มนุษย์ต้อง "พัฒนาจิตใจของตน" ในขณะที่อาศัยอยู่บนแผ่นดินโลกด้วยเช่นกัน

การฝึดร่อนมนุษย์เริ่มต้นกับการทำบาปของอาดัม

อาดัมถูกสร้างขึ้นมาในฐานะผู้มีชีวิตฝ่ายวิญญาณและไม่มีความชั่วร้ายในจิตใจของตน ดังนั้นท่านจึงไม่จำเป็นต้องพัฒนาจิตใจของตน แต่หลังจากทำบาปจิตใจของอาดัมจึงเปรอะเปื้อนไปด้วยควา

มเท็จและอาดัมต้องสร้างจิตใจที่สะอาดขึ้นภายในใจของตนเพื่อให้มีสภาพเหมือนก่อนที่ตนทำบาป

ดังนั้น อาดัมจำเป็นต้องพัฒนาจิตใจของท่านที่เสื่อมลงเพราะบาปและความเท็จเพื่อจะมีจิตใจสะอาดบริสุทธิ์และกลายเป็นบุตรที่แท้จริงของพระเจ้าหลังจากที่ตนได้ทำบาป เมื่อพระคัมภีร์กล่าวว่า "พระเจ้าจึงทรงขับไล่เขาออกไปจากสวนเอเดนให้ไปทำไร่ทำสวนในที่ดินที่ตัวถือกำเนิดมานั้น" ข้อนี้เป็นการพูดถึง "การฝัดร่อนมนุษย์ของพระเจ้า"

"การฝัดร่อน" ในที่นี้มีความหมายเช่นเดียวกันกับคำว่า "การเพาะปลูก" ซึ่งหมายถึงขั้นตอนในการหว่านเมล็ดพันธุ์ การดูแลพืชผล และการเก็บเกี่ยวพืชผลของชาวไร่ชาวนา เพื่อจะ "ฝัดร่อน" มนุษย์บนโลกนี้และทำให้พระองค์สามารถเก็บเกี่ยวผลที่ดี (นั่นคือ "การมีบุตรที่แท้จริง") พระเจ้าจึงทรงหว่านเมล็ดพันธุ์คู่แรกซึ่งได้แก่อาดัมและเอวา มนุษย์จำนวนนับไม่ถ้วนถือกำเนิดขึ้นมาผ่านทางอาดัมและเอวาที่ไม่เชื่อฟังพระเจ้าฉันใด ผู้คนจำนวนนับไม่ถ้วนก็บังเกิดใหม่และกลายเป็นบุตรของพระเจ้าด้วยการฝึกฝนจิตใจของตนและการรื้อฟื้นพระฉายาของพระเจ้าที่เสื่อมสูญไปขึ้นมาใหม่ด้วยฉันนั้น

ดังนั้น "การฝัดร่อนมนุษย์ของพระเจ้า" จึงหมายถึงกระบวนการที่พระเจ้าทรงควบคุมดูแลและทรงปกครองเหนือประวัติศาสตร์ของมนุษย์นับจากการทรงสร้างไปจนถึงการพิพากษาลงโทษมนุษย์เพื่อพระองค์จะมีบุตรที่แท้จริง

พระเจ้าทรงควบคุมสิ่งสารพัดเอาไว้เพื่อทำให้พระองค์ทรงมีบุตรที่แท้จริงซึ่งจะบังเกิดขึ้นหลังจากคนเหล่านั้นผ่านพ้นความตาย โรคภัยไข้เจ็บ การพลัดพราก และความทุกข์ยากลำบากรูปแบบอื่นในระหว่างที่ดำเนินชีวิตบนโลกนี้เหมือนดังที่ชาวนาต้องผ่านพ้นและเอาชนะภัยจากน้ำท่วม ภัยแล้ง ภัยจากน้ำค้างแข็งตัว ภัยจากลูกเห็บ และภัยจากแมลงกัดกินภายหลังการหว่านเมล็ดพืชก่

อนที่เขาจะเก็บเกี่ยวพืชผลอันงดงามอย่างมีความสุขในบั้นปลาย

เหตุผลที่พระเจ้าทรงอนุญาตให้มีต้นไม้แห่งการสำนึกในความดีและความชั่วในสวนเอเดน

บางคนถามว่า "ทำไมพระเจ้าจึงทรงอนุญาตให้มีต้นไม้แห่งการสำนึกในความดีและความชั่วซึ่งเป็นเหตุให้มนุษย์ทำบาปและนำเขาไปสู่ความพินาศ" แต่เหตุผลที่พระเจ้าทรงอนุญาตให้มีต้นไม้แห่งการสำนึกในความดีและความชั่วก็เพราะเป็นการจัดเตรียมอันอัศจรรย์ของพระองค์ซึ่งพระเจ้าทรงทำให้มนุษย์ทราบถึง "หลักสัมพัทธภาพ"

ผู้คนส่วนใหญ่สันนิษฐานว่าอาดัมและเอวาอาศัยอยู่ในสวนเอเดนอย่างมีความสุขเพราะที่นั่นไม่มีการหลั่งน้ำตา ความทุกข์โศก โรคภัยไข้เจ็บ หรือความทุกข์ทรมาน แต่อาดัมและเอวาไม่รู้จักความสุขและความรักที่แท้จริงเพราะทั้งสองไม่เข้าใจแนวคิดเรื่องหลักสัมพัทธภาพภายในสวนเอเดน

ตัวอย่าง เช่น เด็กสองคนจะมีปฏิกิริยาอย่างไรเมื่อเขาได้รับของเล่นชนิดเดียวกันถ้าสมมติว่าเด็กคนหนึ่งเกิดและเติบโตในครอบครัวที่ร่ำรวยและเด็กอีกคนหนึ่งเกิดและเติบโตในครอบครัวที่ยากจน เด็กที่มาจากครอบครัวที่ยากจนจะรู้สึกขอบคุณและชื่นชมยินดีจากส่วนลึกแห่งจิตใจของตนมากกว่าเด็กที่มาจากครอบครัวที่ร่ำรวย

การที่ท่านจะเข้าใจถึงคุณค่าที่แท้จริงของบางสิ่งบางอย่างท่านต้องรู้จักและมีประสบการณ์กับด้านตรงข้ามของสิ่งนั้นก่อน ท่านจะซาบซึ้งถึงคุณค่าของการมีสุขภาพดีได้ก็ต่อเมื่อท่านเคยทนทุกข์กับโรคภัยไข้เจ็บมาก่อนเท่านั้น ท่านจะซาบซึ้งถึงคุณค่าของชีวิตนิรันดร์และขอบคุณในความรักของพระเจ้าที่ทรงมอบสวรรค์นิรันดร์ให้แก่ท่านจากส่วนลึกแห่งจิตใจของตนได้ก็ต่อเมื่อท่านเรียนรู้ถึงความตายและบึกไฟนรกเท่านั้น

อาดัมชื่นชมกับสรรพสิ่งที่พระเจ้าทรงมอบให้กับท่านภายในสวนเอเดนที่อุดมสมบูรณ์แม้กระทั่งสิทธิอำนาจในการครอบครองเหนือสิ่งสารพัด แต่เนื่องจากสิ่งเหล่านั้นไม่ได้เป็นผลจากหยาดเหงื่อและแรงงานของท่าน อาดัมจึงไม่อาจเข้าใจถึงคุณค่าและความสำคัญหรือไม่รู้สึกขอบคุณพระเจ้าสำหรับสิ่งเหล่านั้นอย่างแท้จริง อาดัมเริ่มตระหนักถึงความแตกต่างระหว่างความชื่นชมยินดีกับความทุกข์โศกและเริ่มรู้ถึงความคุณค่าของเสรีภาพและความมั่งคั่งที่พระเจ้าทรงมอบให้กับท่านในสวนเอเดนหลังจากที่ท่านถูกขับให้ไปอยู่ในโลกและประสบกับความทุกข์โศก การหลั่งน้ำตา โรคภัยไข้เจ็บ ความทุกข์ทรมาน ความอับโชค และความตาย

ชีวิตนิรันดร์จะให้ประโยชน์อะไรกับเราถ้าเราไม่รู้จักความชื่นชมยินดีหรือความโศกเศร้า แม้ในยามที่เราเผชิญกับความยากลำบากอยู่ชั่วระยะหนึ่ง แต่ถ้าหากเราตระหนักได้ในภายหลังว่า “อ้อ ความชื่นชมยินดีเป็นอย่างนี้นะเอง” ชีวิตของเราจะมีคุณค่าและเป็นพระพรมากยิ่งขึ้น

มีพ่อแม่คนไหนบ้างที่จะให้ลูกอยู่กับบ้านโดยไม่ยอมส่งเขาไปโรงเรียนเพราะพ่อแม่รู้ว่าการเรียนหนังสือเป็นสิ่งที่ยากลำบาก ถ้าพ่อแม่รักลูกจริงเขาจะส่งลูกของตนไปโรงเรียนและชี้นำลูกให้เรียนรู้ในสิ่งที่ยากลำบากอย่างขยันหมั่นเพียรและมีประสบการณ์กับสิ่งต่าง ๆ ซึ่งจะสร้างอนาคตที่ดีกว่าให้กับเขา

พระเจ้าผู้ทรงสร้างและทรงฝึดร่อนมนุษย์ทรงมีพระทัยแบบเดียวกัน ด้วยเหตุนี้พระองค์จึงทรงอนุญาตให้มีต้นไม้แห่งการสำนึกในความดีและความชั่วและไม่ได้ทรงขัดขวางอาดัมจากการกินผลของต้นไม้นั้นด้วยเสรีภาพแห่งการตัดสินใจของตนและทรงอนุญาตให้อาดัมมีประสบการณ์กับความชื่นชมยินดี ความโกรธ ความโศกเศร้า และความสุขในช่วงของการฝัดร่อนมนุษย์ มนุษย์จะรักและนมัสการพระเจ้า (ผู้ทรงเป็นความรักและความจริง) จากส่วนลึกแห่งจิตใจของตนได้

หลังจากทีเขามีประสบการณ์กับหลักสัมพัทธภาพและรู้ถึงความรัก ความชื่นชมยินดี และการขอบพระคุณอย่างแท้จริงแล้วเท่านั้น

พระเจ้าทรงปรารถนาทีจะมีบุตรทีแท้จริงผ่านขั้นตอนของการฝึดร่อนเพือบุตรเหล่านีจะรู้จักพระทัยของพระองค์และมีจิตใจเหมือนพระทัยของพระเจ้าและเพือพระองค์จะสถิตอยู่กับคนเหล่านีในสวรรค์พร้อมกับแบ่งปันความรักนิรันดร์อย่างแท้จริงกับเขาตลอดไป

การฝึดร่อนมนุษย์เริมต้นในอิสราเอล

เมืออาดัมถูกขับออกจากสวนเอเดนหลังจากไม่เชือฟังพระคำของพระเจ้า ท่านไม่ได้รับสิทธิในการเลือกดินแดนทีจะตั้งถินฐานแต่พระเจ้าทรงเป็นผู้กำหนดดินแดนดังกล่าวให้กับท่าน ดินแดนแห่งนั้นได้แก่แผ่นดินอิสราเอล

น้ำพระทัยและการจัดเตรียมของพระเจ้าซ่อนเร้นอยู่ในดินแดนแห่งนี หลังจากทรงปิดซ่อนแผนการอันยิงใหญ่แห่งการฝึดร่อนมนุษย์ พระเจ้าจึงทรงเลือกชนชาติอิสราเอลไว้เป็นแบบอย่างของการฝึดร่อนมนุษย์ ด้วยเหตุนีพระเจ้าจึงทรงอนุญาตให้อาดัมอาศัยอยู่ในดินแดนซึงเป็นทีตั้งของประเทศอิสราเอลอย่างเจาะจง

เมือวันเวลาผ่านไปมีประชาชาติจำนวนมากถือกำเนิดจากลูกหลานของอาดัมและประเทศอิสราเอลถูกสร้างขึ้นในสมัยของยาโคบซึงเป็นลูกหลานของอับราฮัม พระเจ้าทรงปรารถนาทีจะเปิดเผยสง่าราศีและการจัดเตรียมของพระองค์ในการฝึดร่อนมนุษย์ผ่านประวัติศาสตร์ของอิสราเอล พระเจ้าไม่ทรงต้องการเปิดเผยเรืองนีกับคนอิสราเอลเพียงกลุ่มเดียวเท่านั้น แต่พระองค์ทรงปรานรถนาทีจะเปิดเผยกับผู้คนทั่วโลกด้วยเช่นกัน ดังนั้นประวัติศาสตร์ของอิสราเอลซึงพระเจ้าทรงเป็นผู้ควบคุมดูแลจึงไม่ได้เป็นประวัติศาสตร์ของชนชาติเดียว แต่เป็นข่าวสารของพระเจ้าสำหรับมนุษย์ทุกคน

เพราะเหตุใดพระเจ้าจึงทรงเลือกอิสราเอลเป็นแบบอย่างของการฝัดร่อนมนุษย์ พระเจ้าเลือกอิสราเอลก็เพราะชนชาตินี้มีคุณสมบัติภายในที่สูงส่งและยอดเยี่ยมกว่าชนชาติอื่น

อิสราเอลเป็นลูกหลานของอับราฮัมบิดาแห่งความเชื่อซึ่งเป็นบุคคลที่พระเจ้าทรงพอพระทัยและเป็นลูกหลานของยาโคบซึ่งเป็นบุคคลที่เด็ดเดี่ยวมากจนท่านมีชัยชนะในการปล้ำสู้กับพระเจ้า นี่คือสาเหตุที่คนอิสราเอลไม่ได้สูญเสียเอกลักษณ์ของตนไปแม้คนเหล่านี้เคยเสียดินแดนอันเป็นมาตุภูมิของตนและดำเนินชีวิตเป็นคนร่อนเร่พเนจรอยู่เป็นเวลาหลายศตวรรษก็ตาม

เหนือสิ่งอื่นใด คนอิสราเอลได้รักษาพระคำของพระเจ้าซึ่งคนของพระองค์พยากรณ์เอาไว้และดำเนินชีวิตด้วยพระคำนั้นมาเป็นเวลาหลายพันปี แน่นอน มีหลายครั้งที่อิสราเอลทั้งประเทศเหินห่างไปจากพระคำของพระเจ้าและทำบาปต่อพระองค์ แต่ไม่นานคนเหล่านี้ก็กลับใจใหม่และหันมาหาพระเจ้า ชนชาตินี้ไม่เคยสูญเสียความเชื่อในพระเยโฮวาห์พระเจ้าของตนเลย

การฟื้นฟูเอกราชของอิสราเอลขึ้นมาใหม่ในศตวรรษที่ 20 แสดงให้เห็นอย่างชัดเจนว่าชนชาติที่เป็นลูกหลานของยาโคบเหล่านี้มีจิตใจแบบใด

เอเสเคียล 38:8 บอกเราว่า "เมื่อล่วงไปหลายวันแล้วเจ้าจะต้องถูกเรียกตัว ในปีหลัง ๆ เจ้าจะยกเข้าไปต่อสู้กับแผ่นดินซึ่งได้คืนมาจากสงคราม เป็นแผ่นดินที่ประชาชนรวบรวมกันมาจากชนชาติหลายชาติอยู่ที่บนภูเขาอิสราเอลซึ่งได้เคยเป็นที่ทิ้งร้างอยู่เนืองนิตย์ ประชาชนของแผ่นดินนั้นออกมาจากชนชาติอื่น ๆ บัดนี้อาศัยอยู่อย่างปลอดภัยแล้วทั้งสิ้น" คำว่า "ในปีหลัง ๆ" ในข้อนี้หมายถึงวาระสุดท้ายเมื่อการฝัดร่อนมนุษย์ถึงวาระสิ้นสุดและคำว่า "ภูเขาอิสราเอล" หมายถึงนครเยรูซาเล็มซึ่งตั้งอยู่สูงกว่าระดับน้ำทะเลเกือบ 760 เมตร (หรือ 2,494 ฟุต)

ดังนั้นเมื่อผู้เผยพระวจนะเอเสเคียลกล่าวว่า "เป็นแผ่นดินที

ประชาชนรวบรวมกันมาจากชนชาติหลายชาติอยู่ที่บนภูเขาอิสราเอล" ข้อความนี้จึงหมายความว่าคนอิสราเอลจากทั่วโลกจะรวมตัวกันและรื้อฟื้นประเทศอิสราเอลขึ้นมาใหม่ อิสราเอลที่ถูกทำลายโดยอาณาจักรโรมันในปี ค.ศ. 70 ได้ประกาศความเป็นประเทศเอกราชของตนขึ้นใหม่ในวันที่ 14 พฤษภาคม 1948 ซึ่งเป็นไปตามพระคำของพระเจ้า ครั้งหนึ่งดินแดนแห่งนี้เคยเป็น "ที่ทิ้งร้างอยู่เนืองนิตย์" แต่บัดนี้คนอิสราเอลได้สร้างประเทศที่แข็งแกร่งซึ่งไม่มีใครสามารถมองข้ามหรือท้าทายได้ขึ้นมาประเทศหนึ่ง

จุดประสงค์ที่พระเจ้าทรงเลือกสรรคนอิสราเอล

เพราะเหตุใดพระเจ้าจึงทรงเริ่มต้นการฝัดร่อนมนุษย์ในแผ่นดินอิสราเอล ทำไมพระเจ้าจึงทรงเลือกคนอิสราเอลและทรงปกครองเหนือประวัติศาสตร์ของชนชาตินี้

ประการแรก พระเจ้าทรงตั้งพระทัยที่จะประกาศกับชนทุกชาติผ่านประวัติศาสตร์ของอิสราเอลว่าพระองค์ทรงเป็นพระผู้สร้างฟ้าสวรรค์และแผ่นดินโลก พระองค์ทรงเป็นพระเจ้าเที่ยงแท้แต่องค์เดียว และพระองค์ทรงพระชนม์อยู่ จากการศึกษาประวัติศาสตร์ของอิสราเอลแม้แต่ชาวต่างชาติก็สามารถสัมผัสถึงการทรงพระชนม์อยู่ของพระเจ้าและรู้ถึงการจัดเตรียมของพระองค์ในการปกครองประวัติศาสตร์ของมนุษย์

และชนชาติทั้งหลายในโลกจะเห็นว่าเขาเรียกท่านตามพระนามพระเจ้าและเขาทั้งหลายจะเกรงกลัวท่าน (เฉลยธรรมบัญญัติ 28:10)

โอ อิสราเอล ท่านทั้งหลายเป็นสุขแท้ ๆ ใครเหมือนท่านบ้าง เป็นชนชาติที่รอดมาด้วยพระเจ้าทรงช่วย เป็นโล่ช่วยท่าน

เป็นดาบชัยของท่าน ศัตรูจะคลานราบมาหาท่าน ท่านจะเหยียบย่ำไปบนที่สูงของเขา (เฉลยธรรมบัญญัติ 33:29)

อิสราเอลชนชาติที่พระเจ้าทรงเลือกสรรได้รับสิทธิพิเศษอันยิ่งใหญ่และเราสามารถมองเห็นถึงสิทธิพิเศษนี้ในประวัติศาสตร์ของอิสราเอล

ตัวอย่าง เช่น เมื่อนางราหับต้อนรับชายสองคนที่โยชูวาส่งไปสอดแนมแผ่นดินคานาอันเธอกล่าวกับชายสองคนนั้นว่า "เพราะเราทั้งหลายได้ยินเรื่องที่พระเจ้าทรงกระทำให้ทะเลแดงแห้งไปต่อหน้าท่านเมื่อท่านออกจากอียิปต์และเรื่องการที่ท่านได้กระทำแก่กษัตริย์ทั้งสองของคนอาโมไรต์ซึ่งอยู่ฟากตะวันออกของแม่น้ำจอร์แดนคือกษัตริย์สิโหนและโอกผู้ซึ่งท่านทั้งหลายได้ทำลายเสียสิ้น เพราะเรื่องท่านนี้แหละพอเราได้ยินข่าวนี้เราก็กลัวลานทีเดียวไม่มีความกล้าหาญเหลืออยู่ในสักคนหนึ่งเลยเพราะพระเยโฮวาห์พระเจ้าของท่านเป็นพระเจ้าของสวรรค์เบื้องบนและโลกเบื้องล่าง" (โยชูวา 2:10-11)

ในช่วงที่คนอิสราเอลตกเป็นเชลยที่บาบิโลน ดาเนียลดำเนินชีวิตกับพระเจ้าและกษัตริย์เนบูคัดเนสซาร์แห่งบาบิโลนมีประสบการณ์กับพระเจ้าของดาเนียล หลังจากมีประสบการณ์กับพระเจ้าแล้วกษัตริย์เนบูคัดเนสซาร์จึงยกย่องพระเจ้าว่า "ขอสรรเสริญยกย่องและถวายพระเกียรติแด่พระมหาราชาแห่งสวรรค์เพราะว่าพระราชกิจของพระองค์ก็ถูกต้องและพระมรรคาของพระองค์ก็เที่ยงธรรม บรรดาผู้ดำเนินอยู่ในความเย่อหยิ่ง พระองค์ก็ทรงสามารถให้ต่ำลง" (ดาเนียล 4:37)

สิ่งที่คล้ายคลึงกันนี้เกิดขึ้นในขณะที่อิสราเอลตกอยู่ภายใต้การปกครองของเปอร์เซีย เมื่อเห็นพระเจ้าองค์เที่ยงแท้ทรงกระทำการและทรงตอบคำอธิษฐานของพระนางเอสเธอร์ "คนเป็นอันมากมาจากชนชาติของประเทศก็ประกาศตัวเป็นพวกยิวเพราะความกลัวพว

กมาครอบงำเขา" (เอสเธอร์ 8:17)

ดังนั้น เมื่อคนต่างชาติมีประสบการณ์กับพระเจ้าองค์เที่ยงแท้ที่ทรงกระทำการเพื่อชนชาติอิสราเอล ชาวต่างชาติเหล่านั้นจึงยำเกรงและนมัสการพระเจ้า แม้กระทั่งชนรุ่นหลังอย่างพวกเราก็เรียนรู้ถึงพระบารมีของพระเจ้าและนมัสการพระองค์จากเหตุการณ์และสิ่งต่าง ๆ ที่เกิดขึ้นเช่นกัน

ประการที่สอง พระเจ้าทรงเลือกสรรคนอิสราเอลและทรงนำชนชาตินี้ก็เพราะพระองค์ทรงต้องการให้มนุษย์ทั้งปวงรู้ว่าพระเจ้าทรงสร้างมนุษย์และทรงฝึดร่อนเขาโดยผ่านประวัติศาสตร์ของอิสราเอล

พระเจ้าทรงฝึดร่อนมนุษย์เพราะพระองค์ทรงปรารถนาที่จะมีบุตรที่แท้จริง บุตรที่แท้จริงของพระเจ้าคือบุคคลที่เลียนแบบความดีงามและความรักของพระเจ้ารวมทั้งเป็นบุคคลที่ชอบธรรมและบริสุทธิ์ ที่เป็นเช่นนี้ก็เพราะว่าบุตรเหล่านี้รักพระเจ้าและดำเนินชีวิตตามน้ำพระทัยของพระองค์

เมื่ออิสราเอลดำเนินชีวิตตามพระบัญญัติของพระเจ้าและรับใช้พระองค์ พระเจ้าทรงตั้งคนอิสราเอลไว้เหนือบรรดาประชาชาติทั้งปวง ในทางตรงกันข้าม เมื่อคนอิสราเอลปรนนิบัติรูปเคารพและหลงลืมพระบัญญัติของพระองค์ คนเหล่านี้จะประสบกับความทุกข์ทรมานนานาชนิดรวมทั้งภัยพิบัติต่าง ๆ เช่น สงคราม ภัยพิบัติทางธรรมชาติ หรือแม้กระทั่งการตกไปเป็นเชลย

คนอิสราเอลเรียนรู้ที่จะถ่อมตัวลงต่อพระพักตร์พระเจ้าในแต่ละก้าวของขั้นตอนนี้ แต่ละครั้งที่คนเหล่านี้ถ่อมตัวลงต่อพระองค์พระเจ้าก็ทรงรื้อฟื้นเขาขึ้นมาใหม่ด้วยความรักและพระเมตตาที่ไม่มีวันสูญสิ้นของพระองค์พร้อมกับทรงนำเขาเข้าสู่อ้อมแขนแห่งพระคุณของพระองค์

เมื่อกษัตริย์ซาโลมอนรักพระเจ้าและรักษาพระบัญญัติของพระองค์ ท่านได้รับสง่าราศีและความรุ่งเรืองอย่างมาก แต่เมื่อกษัต

ริย์องค์นี้เริ่มเหินห่างจากพระเจ้าและปรนนิบัติรูปเคารพ สง่าราศีและความรุ่งเรืองที่ท่านเคยมีก็จางหายไป เมื่อกษัตริย์องค์ต่าง ๆ ของอิสราเอล เช่น ดาวิด เยโฮชาฟัท และเฮเซคียาห์ดำเนินชีวิตตามกฎเกณฑ์ของพระเจ้า ประเทศอิสราเอลก็มีแสนยานุภาพและเจริญรุ่งเรือง แต่ประเทศจะอ่อนแอลงและถูกโจมตีจากกองทัพต่างชาติในช่วงการปกครองของกษัตริย์ที่หลบเลี่ยงไปจากวิถีของพระเจ้า

ประวัติศาสตร์ของอิสราเอลสำแดงให้เห็นถึงน้ำพระทัยที่ชัดเจนของพระเจ้าด้วยวิธีการนี้และทำหน้าที่เป็นกระจกเงาสะท้อนถึงน้ำพระทัยของพระเจ้าที่มีต่อบรรดาประชาชาติทั้งปวง น้ำพระทัยของพระเจ้าชี้ให้เห็นว่าเมื่อผู้คนซึ่งถูกสร้างขึ้นตามพระฉายาของพระเจ้ารักษาพระบัญญัติของพระองค์และรับการชำระให้บริสุทธิ์ตามพระวจนะของพระเจ้า คนเหล่านี้จะได้รับพระพรจากพระเจ้าและเป็นที่โปรดปรานของพระองค์

อิสราเอลถูกเลือกสรรเพื่อให้สำแดงถึงการจัดเตรียมของพระเจ้าที่มีต่อบรรดาประชาชาติและต่อมนุษย์ทุกคน อิสราเอลได้รับพระพรอย่างยิ่งใหญ่จากการปรนนิบัติพระเจ้าในฐานะประชาชาติแห่งปุโรหิตที่รับผิดชอบดูแลพระคำของพระองค์ แม้ในยามที่คนอิสราเอลทำบาป พระเจ้าทรงยกโทษความผิดบาปของเขาและทรงรื้อฟื้นคนเหล่านี้ขึ้นมาใหม่ตราบใดที่เขาถ่อมตัวลงและกลับใจเหมือนที่พระองค์ทรงสัญญาไว้กับบรรดาบรรพบุรุษของชนชาตินี้

เหนือสิ่งอื่นใด พระพรอันยิ่งใหญ่ที่พระเจ้าทรงสัญญาและทรงสงวนไว้สำหรับชนชาติที่พระองค์ทรงเลือกสรรนี้ได้แก่พระสัญญาแห่งสง่าราศีของการเสด็จมาของพระเมสสิยาห์ในท่ามกลางคนเหล่านี้

บรรพบุรุษผู้ยิ่งใหญ่

ตลอดประวัติศาสตร์อันยาวนานของมนุษยชาติพระเจ้าได้ทรงปกป้องรักษาอิสราเอลไว้ภายในปีกแห่งการปกป้องของพระองค์และเมื่อถึงเวลาที่พระองค์ทรงกำหนดไว้ พระเจ้าจึงทรงส่งคนของพระองค์มาเพื่อมิให้ชื่อของอิสราเอลสูญหายไป คนของพระเจ้าเหล่านี้ได้แก่ผู้คนที่เป็นผลมาจากการจัดเตรียมของพระเจ้าในเรื่องการฝัดร่อนมนุษย์และเป็นผู้คนที่ปฏิบัติตามพระคำของพระเจ้าด้วยความรักที่มีต่อพระองค์ พระเจ้าทรงวางรากฐานของประเทศอิสราเอลผ่านทางบรรพบุรุษผู้ยิ่งใหญ่เหล่านี้ของอิสราเอล

อับราฮัมผู้เป็นบิดาแห่งความเชื่อ

อับราฮัมมีชื่อเสียงในฐานะบิดาแห่งความเชื่อเนื่องจากความเชื่อ ตัวท่านและการเชื่อฟังของท่านก่อให้เกิดชนชาติใหญ่ อับราฮัมถือกำเนิดที่เมืองเออร์ของชาวเคลเดียเมื่อประมาณสี่พันปีที่แล้ว ภายหลังได้รับการทรงเรียก อับราฮัมได้รับความรักและการยอมรับจากพระเจ้าในฐานะ “มิตรสหาย” ของพระองค์

พระเจ้าทรงเรียกอับราฮัมและทรงมอบพระสัญญาต่อไปนี้แก่ท่าน

“เจ้าจงออกจากเมือง จากญาติพี่น้อง จากบ้านบิดาของเจ้า ไปยังดินแดนที่เราจะบอกให้เจ้ารู้ เราจะให้เป็นชนชาติใหญ่ เราจะอวยพรแก่เจ้า จะให้เจ้ามีชื่อเสียงใหญ่โตเลื่องลือไป แล้วเจ้าจะช่วยให้ผู้อื่นได้รับพร” (ปฐมกาล 12:1-2)

ในเวลานั้นอับราฮัมมีอายุมาก ไร้ทายาทผู้สืบสกุล และไม่รู้ว่าต

นกำลังมุ่งหน้าไปยังสถานที่แห่งใด ฉะนั้นจึงไม่ใช่เรื่องง่ายที่ท่านจะเชื่อฟัง แม้ท่านไม่ทราบว่าตนกำลังมุ่งหน้าไป ณ ที่ใดแต่อับราฮัมก็ยังเดินหน้าต่อไปเพราะท่านไว้วางใจในพระคำของพระเจ้าผู้ไม่เคยผิดพระสัญญาของพระองค์ ดังนั้นอับราฮัมจึงก้าวไปด้วยความเชื่อในทุกสิ่งที่ท่านทำและได้รับพระพรทั้งสิ้นที่พระเจ้าทรงสัญญาไว้ในช่วงชีวิตของท่าน

อับราฮัมไม่ได้แสดงให้พระเจ้าเห็นการเชื่อฟังที่สมบูรณ์แบบและการกระทำแห่งความเชื่อของท่านเพียงอย่างเดียว แต่ท่านยังดำเนินอยู่ในความดีงามและความสงบสุขกับผู้คนรอบข้างท่านเสมอด้วยเช่นกัน

ตัวอย่าง เช่น เมื่ออับราฮัมเดินทางออกจากเมืองฮารานตามคำบัญชาของพระเจ้า โลทหลานชายของท่านเดินทางไปกับท่านด้วย เมื่ออับราฮัมและโลทมีทรัพย์สินเงินทองเพิ่มมากขึ้นทั้งสองครอบครัวก็ไม่สามารถอาศัยอยู่ในพื้นที่เดียวกันได้อีกต่อไป การมีทุ่งหญ้าและแหล่งน้ำที่ไม่พอเพียงต่อการเลี้ยงฝูงสัตว์ส่งผลให้เกิดการวิวาทกันระหว่าง "คนเลี้ยงสัตว์ของอับราฮัมกับคนเลี้ยงสัตว์ของโลท" (ปฐมกาล 13:7) แม้อับราฮัมจะมีความอาวุโสกว่าโลท แต่ท่านก็ไม่ได้แสวงหาประโยชน์หรือเรียกร้องสิทธิของตน ท่านยอมให้โลทเลือกผืนดินที่อุดมสมบูรณ์กว่า อับราฮัมกล่าวกับโลทในปฐมกาล 13:9 ว่า "ที่ดินทั้งหมดอยู่ตรงหน้าเจ้ามิใช่หรือ จงแยกไปจากเราเถิด ถ้าเจ้าไปทางซ้าย เราก็จะไปทางขวา หรือเจ้าจะไปทางขวา เราก็จะไปทางซ้าย"

เพราะอับราฮัมเป็นคนจิตใจสะอาดท่านจึงไม่ยอมรับแม้แต่เส้นด้ายหรือสายรัดรองเท้าหรือสิ่งของใด ๆ ที่เป็นของคนอื่นไว้เป็นของท่าน (ปฐมกาล 14:23) เมื่อพระเจ้าตรัสกับท่านว่าเมืองโสโดมและเมืองโกโมราห์ที่เต็มไปด้วยความบาปจะถูกทำลาย อับราฮัมซึ่งเป็นบุคคลแห่งความรักฝ

ายวิญญาณจึงวิงวอนกับพระเจ้าเผื่อเมืองเหล่านั้นและท่านได้รับคำยืนยันจากพระเจ้าว่าพระองค์จะไม่ทรงทำลายโสโดมถ้ามีคนชอบธรรมสิบคนอยู่ในเมืองนั้น

ความดีงามและความเชื่อของอับราฮัมสมบูรณ์แบบมากจนท่านสามารถเชื่อฟังพระบัญชาของพระเจ้าซึ่งสั่งให้ท่านถวายอิสอัคบุตรชายเพียงคนเดียวของท่านเป็นเครื่องเผาบูชา

พระเจ้าตรัสสั่งอับราฮัมในปฐมกาล 22:2 ว่า "จงพาบุตรของเจ้าคืออิสอัคบุตรคนเดียวของเจ้าผู้ที่เจ้ารักไปยังแคว้นโมริยาห์และถวายเขาที่นั่นเป็นเครื่องเผาบูชาบนภูเขาลูกหนึ่งซึ่งเราจะบอกแก่เจ้า"

อิสอัคเป็นบุตรชายที่เกิดมาเมื่ออับราฮัมมีอายุ 100 ปี ก่อนที่อิสอัคบังเกิดมาพระเจ้าตรัสกับอับราฮัมว่าบุตรที่จะเกิดมานั้นคือทายาทผู้สืบสกุลของท่านและเชื้อสายของท่านมีจำนวนเท่ากับดวงดาวในท้องฟ้า ถ้าอับราฮัมทำตามความคิดฝ่ายเนื้อหนังของตนท่านคงไม่สามารถปฏิบัติตามพระบัญชาของพระเจ้าและถวายอิสอัคได้ แต่อับราฮัมเชื่อฟังทันทีโดยไม่ซักถามหาเหตุผล

ในวินาทีที่อับราฮัมเงื้อมือของท่านเพื่อฆ่าอิสอัคเป็นเครื่องเผาบูชาหลังจากท่านสร้างแท่นบูชาเสร็จ ทูตของพระเจ้าเรียกอับราฮัมว่า "อับราฮัม อับราฮัม อย่าแตะต้องเด็กนั้นหรือกระทำอะไรเขาเลยเพราะบัดนี้เรารู้แล้วว่าเจ้ายำเกรงพระเจ้าด้วยเห็นว่าเจ้ามิได้หวงบุตรชายของเจ้า แต่ยอมถวายบุตรชายคนเดียวของเจ้าให้เรา" นี่เป็นภาพที่เป็นพระพรและน่าประทับใจมากทีเดียว

เนื่องจากท่านไม่เคยพึ่งพาความคิดฝ่ายเนื้อหนังของตนอับราฮัมจึงไม่มีความขัดแย้งหรือความวิตกกังวลภายในจิตใจของตนและท่านสามารถเชื่อฟังพระบัญชาของพระเจ้าด้วยความเชื่อ อับราฮัมมอบความไว้วางใจทั้งสิ้นของท่านกับพระเจ้าผู้ทรงสัตย์ซื่อต่อพระสัญญาทั้งสิ้นของพระองค์ผู้ทรงเป็นพระเจ้าผู้ยิ่งใหญ่ซึ่งสามารถทำให้คนตายเป็นขึ้นมาใหม่และทรงเป็นพระเจ้าแห่งความรักผู้ทรงปรารถ

ถนาที่จะมอบเฉพาะที่ดีแก่บุตรของพระองค์ เพราะอับราฮัมมีจิตใจแห่งการเชื่อฟังและท่านได้สำแดงออกถึงการกระทำแห่งความเชื่อ พระเจ้าจึงทรงยอมรับว่าอับราฮัมเป็นบิดาแห่งความเชื่อ

เพราะเจ้ากระทำอย่างนี้ และมิได้หวงบุตรชายของเจ้า คือบุตรชายคนเดียวของเจ้า เราจะอวยพรเจ้าแน่ เราจะทวีเชื้อสายของเจ้าให้มากขึ้นดังดาวในท้องฟ้าและดังเม็ดทรายบนฝั่งทะเล เชื้อสายของเจ้าจะได้ประตูเมืองศัตรูของเจ้าเป็นกรรมสิทธิ์ ประชาชาติทั้งหลายทั่วโลกจะได้พรเพราะเชื้อสายของเจ้า เหตุว่าเจ้าฟังเสียงของเรา (ปฐมกาล 22:16-18)

เนื่องจากอับราฮัมมีความดีงามและความเชื่อที่ทำให้พระเจ้าพอพระทัยท่านจึงถูกเรียกว่า "มิตรสหาย" ของพระเจ้าและเป็นบิดาแห่งความเชื่อ นอกจากนั้นท่านยังเป็นบิดาของบรรดาประชาชาติและเป็นแหล่งแห่งพระพรเหมือนที่พระเจ้าทรงสัญญาไว้กับท่านเมื่อพระองค์ทรงเรียกท่านในครั้งแรกว่า "เราจะอำนวยพรแก่คนที่อวยพรเจ้า เราจะสาปคนที่แช่งเจ้า บรรดาเผ่าพันธุ์ทั่วโลกจะได้พรเพราะเจ้า" (ปฐมกาล 12:3)

การจัดเตรียมของพระเจ้าผ่านทางยาโคบผู้เป็นบิดาของอิสราเอล

และโยเซฟคนช่างฝัน

อิสอัคเป็นบุตรของอับราฮัมผู้เป็นบิดาแห่งความเชื่อและอิสอัคมีบุตรชายสองคนชื่อเอซาวและยาโคบ พระเจ้าทรงเลือกสรรยาโคบผู้มีจิตใจสูงส่งกว่าจิตใจของเอซาวเมื่อครั้งที่ท่านยังอยู่ในครรภ์ของมารดา ต่อมายาโคบถูกเรียกว่า "อิสราเอล" และกลายเป็นต้นกำเนิดของประเทศอิสราเอลรวมทั้งเป็นบิดาของคนสิบสองเผ่า

ยาโคบปรารถนาพระพรของพระเจ้าและปัจจัยฝ่ายวิญญาณอย่า

งแรงกล้าจนท่านยอมซื้อสิทธิบุตรหัวปีจากเอซาวด้วยเนื้อต้มและแย่งชิงพระพรของเอซาวไปด้วยการหลอกลวงอิสอัคบิดาของตน ยาโคบมีอุปนิสัยหลอกลวงอยู่ในตนเอง แต่พระเจ้าทรงทราบว่าหลังจากยาโคบได้รับการเปลี่ยนแปลงท่านจะกลายเป็นภาชนะที่ยิ่งใหญ่ ด้วยเหตุนี้ พระเจ้าจึงทรงอนุญาตให้ยาโคบพบกับการทดสอบเป็นเวลายี่สิบปีเพื่อว่าตัวตนของท่านจะถูกทำลายและท่านจะถ่อมใจลง

เมื่อยาโคบแย่งชิงเอาสิทธิบุตรหัวปีไปจากเอซาวด้วยวิธีการที่เจ้าเล่ห์ เอซาวจึงพยายามฆ่ายาโคบจนยาโคบต้องหลบหนีเอซาว ต่อมายาโคบเดินทางไปอาศัยอยู่กับลาบันลุงของท่านและดูแลฝูงแพะแกะของลาบัน ยาโคบต้องทำงานอย่างหนักด้วยการดูแลฝูงแพะแกะให้กับลาบันลุงของท่าน ดังนั้นยาโคบจึงกล่าวไว้ในปฐมกาล 31:40 ว่า "เวลากลางวันแดดก็เผาฉัน เวลากลางคืนความหนาวก็ผลาญฉัน ฉันนอนไม่หลับ"

พระเจ้าทรงตอบแทนแต่ละคนตามสิ่งที่เขาหว่านลงไป พระเจ้าทรงทอดพระเนตรเห็นยาโคบทำงานอย่างสัตย์ซื่อและพระองค์ทรงอวยพรยาโคบด้วยทรัพย์สินเงินทองอย่างมั่งคั่ง เมื่อพระองค์ตรัสสั่งให้ยาโคบเดินทางกลับไปยังบ้านเมืองของตน ท่านจึงจากลาบันและเดินทางกลับไปยังบ้านเมืองของท่านพร้อมกับครอบครัวและทรัพย์สมบัติของท่าน เมื่อเดินทางมาถึงแม่น้ำยับบอก ยาโคบได้ยินว่าเอซาวพี่ชายของท่านอยู่ที่อีกฟากหนึ่งของแม่น้ำพร้อมกับชายสี่ร้อยคน

ยาโคบไม่สามารถเดินทางกลับไปหาลาบันอีกเนื่องจากสัญญาที่ท่านทำไว้กับลาบัน แต่ยาโคบก็ไม่กล้าเดินข้ามแม่น้ำไปพบเอซาวที่กำลังโกรธแค้นเช่นกัน เมื่อตกอยู่ในสถานการณ์ลำบากเช่นนั้นยาโคบไม่สามารถพึ่งพิงสติปัญญาของตนได้อีกต่อไป ดังนั้นท่านจึงมอบสิ่งสารพัดไว้กับพระเจ้าด้วยการอธิษฐาน เมื่อท่านสลัดความคิดส่วนตัวทั้งสิ้นของตนทิ้งไปยาโคบจึงอธิษฐานวิงวอนต่อพระเจ้าอย่างร้อนรนจนข้อตะโพกของท่านเคล็ด

ยาโคบปล้ำสู้กับพระเจ้าจนท่านได้รับชัยชนะ ดังนั้นพระเจ้าจึงทรงอวยพระพรท่านตรัสว่า "เขาจะไม่เรียกเจ้าว่ายาโคบต่อไป แต่จะเรียกว่าอิสราเอลเพราะเจ้าสู้กับพระเจ้าและมนุษย์และได้รับชัยชนะ" (ปฐมกาล 32:28) ต่อมายาโคบคืนดีกับเอซาวพี่ชายของท่านด้วยเช่นกัน

เหตุผลที่พระเจ้าทรงเลือกโคบก็เพราะท่านยืนหยัดต่อสู้โดยไม่ยอมแพ้และเป็นคนเที่ยงตรงเมื่ออยู่ในการทดลองจนท่านกลายเป็นภาชนะที่ยิ่งใหญ่ซึ่งมีบทบาทสำคัญในประวัติศาสตร์ของอิสราเอล

ยาโคบมีบุตรชายสิบสองคนและบุตรสิบสองคนเป็นผู้วางรากฐานให้กับการก่อตั้งประเทศอิสราเอล แต่เนื่องจากคนเหล่านี้ยังเป็นเพียงชนเผ่า พระเจ้าจึงทรงวางแผนให้คนเหล่านี้ไปอาศัยอยู่ในเขตแดนของประเทศอียิปต์ซึ่งเป็นประเทศมหาอำนาจจนกระทั่งลูกหลานของยาโคบกลายเป็นชนชาติใหญ่

นี่เป็นแผนการแห่งความรักของพระเจ้าผู้ทรงปกป้องคนเหล่านั้นจากชนชาติอื่น บุคคลที่ได้รับมอบหมายภารกิจอันยิ่งใหญ่นี้คือโยเซฟบุตรชายคนที่สิบเอ็ดของยาโคบ

ในบรรดาบุตรชายสิบสองคน ยาโคบรักโยเซฟมากกว่าบุตรคนอื่นของท่านอย่างเห็นได้ชัดจนท่านยอมทำเสื้อยาวมีแขนให้กับโยเซฟ โยเซฟกลายเป็นเป้าหมายของความเกลียดชังและความอิจฉาของพวกพี่ชายจนท่านถูกพี่ชายขายไปเป็นทาสที่อียิปต์เมื่อโยเซฟอายุ 17 ปี แต่โยเซฟไม่เคยบ่นต่อว่าหรือเคียดแค้นพี่ชายของตน

โยเซฟถูกขายให้ไปทำงานรับใช้ภายในบ้านของโปทิฟาร์ซึ่งเป็นผู้บัญชาการทหารรักษาพระองค์ของฟาโรห์ ท่านทำงานอย่างขยันขันแข็งและสัตย์ซื่อจนท่านได้รับความโปรดปรานและความไว้วางใจจากโปทิฟาร์ ด้วยเหตุนี้ โยเซฟจึงกลายเป็นผู้ดูแลการงานในบ้านทั้งหมดและได้รับมอบหมายให้ดูแลทรัพย์สินทั้งสิ้นของโปทิฟาร์

แต่มีปัญหาเกิดขึ้น โยเซฟเป็นคนรูปหล่อหน้าตาคมคายและภร

รยาของโปทิฟาร์พยายามยั่วยวนเพื่อมีเพศสัมพันธ์กับท่าน แต่เพราะโยเซฟเป็นคนเที่ยงตรงและยำเกรงพระเจ้าอย่างแท้จริง เมื่อภรรยาของโปทิฟาร์ยั่วยวนท่าน โยเซฟจึงบอกกับเธออย่างกล้าหาญว่า "ข้าพเจ้าจะทำความผิดใหญ่หลวงนี้อันเป็นบาปต่อพระเจ้าอย่างไรได้" (ปฐมกาล 39:9)

ในที่สุด ด้วยข้อกล่าวหาอย่างไร้เหตุผลของเธอ โยเซฟจึงถูกจำคุกไว้ในที่คุมขังนักโทษหลวง พระเจ้าทรงสถิตอยู่กับโยเซฟแม้ท่านจะอยู่ในคุก พระเจ้าทรงโปรดปรานโยเซฟท่านจึงได้รับมอบหมายให้ดูแล "นักโทษทั้งปวงที่ในเรือนจำ" จากพัศดี

จากก้าวย่างดังกล่าวโยเซฟเริ่มสะสมสติปัญญาซึ่งทำให้ท่านสามารถบริหารประเทศ ปลูกฝังอุดมการณ์ทางการเมือง และกลายเป็นภาชนะสำคัญที่อุ้มชูผู้คนจำนวนมากไว้ด้วยหัวใจของท่านในเวลาต่อมา

หลังจากแก้ความฝันให้กับฟาโรห์และเสนอแนวทางแก้ไขปัญหาที่ฟาโรห์และประชาชนของท่านต้องเผชิญ โยเซฟกลายเป็นผู้ปกครองของอียิปต์ต่อจากฟาโรห์ ด้วยการจัดเตรียมอันยิ่งใหญ่ของพระเจ้าและจากการทดลองที่โยเซฟได้รับ พระเจ้าทรงแต่งตั้งโยเซฟให้เป็นอุปราชของประเทศที่มีแสนยานุภาพมากที่สุดประเทศหนึ่งในเวลานั้นในขณะที่ท่านมีอายุเพียง 30 ปี

เจ็ดปีต่อมาเกิดการกันดารอาหารขึ้นอย่างรุนแรงในแถบตะวันออกใกล้ซึ่งรวมถึงอียิปต์เหมือนที่โยเซฟทำนายเอาไว้จากความฝันของฟาโรห์ โยเซฟช่วยกู้ชาวอียิปต์ทุกคนให้พ้นจากการกันดารอาหารเนื่องจากท่านเตรียมพร้อมสำหรับเหตุการณ์ดังกล่าว พี่ชายของโยเซฟเดินทางมายังอียิปต์เพื่อซื้ออาหาร คนเหล่านั้นพบกับโยเซฟและครอบครัวทั้งหมดก็ย้ายมาอยู่ในอียิปต์ซึ่งคนเหล่านั้นได้อาศัยอยู่อย่างมั่งคั่งและปูทางไปสู่การก่อกำเนิดประเทศอิสราเอล

โมเสส: ผู้นำที่ยิ่งใหญ่ซึ่งทำให้การอพยพกลายเป็นความจริง

หลังจากตั้งถิ่นฐานในอียิปต์ ลูกหลานของอิสราเอลมีความมั่งคั่งและมีจำนวนเพิ่มมากขึ้น ไม่นานคนเหล่านี้ก็จำนวนมากพอที่จะก่อตั้งประเทศของตน

เมื่อกษัตริย์องค์ใหม่ซึ่งไม่รู้จักกับโยเซฟขึ้นครองราชย์ กษัตริย์องค์นี้เริ่มต่อต้านความมั่งคั่งและพลังอำนาจของลูกหลานของอิสราเอล กษัตริย์และบรรดาเจ้าหน้าที่ของท่านเริ่มสร้างความยากลำบากให้กับคนอิสราเอลด้วยการบังคับให้คนเหล่านั้นทำงานหนัก เช่น การทำปูนสอ ทำอิฐ และทำงานต่าง ๆ ในทุ่งนา คนอิสราเอลถูกบังคับให้ทำงานหนักทุกชนิด (อพยพ 1:13-14)

"แต่ยิ่งถูกเบียดเบียนมากเท่าไร ชนชาติอิสราเอลก็ยิ่งทวีมากขึ้นและยิ่งแพร่หลายออกไป" ฟาโรห์จึงสั่งให้ฆ่าเด็กชายชาวฮีบรูทุกคนที่คลอดออกมา เมื่อพระเจ้าทรงได้ยินเสียงร้องไห้คร่ำครวญขอความช่วยเหลือของคนอิสราเอลเนื่องจากการตกเป็นทาสของเขา พระองค์จึงทรงระลึกถึงพันธสัญญาที่ทรงให้ไว้กับอับราฮัม อิสอัค และยาโคบ

เราจะให้ดินแดนที่เจ้าอาศัยอยู่นี้คือแผ่นดินคานาอันทั้งสิ้นแก่เจ้าและแก่เชื้อสายของเจ้าที่จะสืบมาให้เป็นกรรมสิทธิ์นิรันดร์และเราจะเป็นพระเจ้าของเขา

(ปฐมกาล 17:8)

ดินแดนนี้ที่เราให้แก่อับราฮัมและอิสอัคแล้วเราจะให้แก่เจ้าและเราจะให้ดินแดนนี้แก่เชื้อสายของเจ้าสืบต่อไป (ปฐมกาล 35:12)

เพื่อนำลูกหลานของอิสราเอลออกจากความทุกข์ทรมานของตน และนำคนเหล่านั้นเข้าสู่แผ่นดินคานาอัน พระเจ้าทรงเตรียมชายคนหนึ่งเอาไว้ซึ่งเป็นคนที่เชื่อฟังพระบัญชาของพระเจ้าอย่างไม่มีเงื่อนไขและนำชนชาติของพระเจ้าด้วยพระทัยของพระองค์

บุคคลนั้นคือโมเสส พ่อแม่ของโมเสสซ่อนท่านไว้เป็นเวลาสามเดือนหลังจากที่ท่านเกิดมา แต่เมื่อเขาไม่อาจซ่อนโมเสสไว้ได้อีกต่อไป คนเหล่านั้นจึงนำโมเสสใส่ในตะกร้าและวางตะกร้านั้นไว้ที่กอปรือริมแม่น้ำไนล์ เมื่อพระธิดาของฟาโรห์พบเด็กทารกในตะกร้านางจึงตัดสินใจรับทารกนั้นมาเลี้ยงไว้เป็นโอรสของเธอ เมื่อพี่สาวของทารกที่เฝ้าดูอยู่บริเวณนั้นเห็นถึงสิ่งที่เกิดขึ้นกับทารกเธอจึงเสนอให้มารดาของโมเสสเป็นแม่นมเลี้ยงดูทารกให้กับพระธิดาของฟาโรห์

เพราะโมเสสเติบโตขึ้นในพระราชวังโดยได้รับการเลี้ยงดูจากมารดาที่แท้จริงของตนท่านจึงเรียนรู้เกี่ยวกับพระเจ้าและประชากรของพระองค์ซึ่งได้แก่ชนชาติของท่าน

จากนั้น วันหนึ่งโมเสสเห็นคนอียิปต์คนหนึ่งกำลังทำร้ายคนฮีบรูซึ่งเป็นคนชาติเดียวกับท่าน โมเสสจึงฆ่าชาวอียิปต์คนนั้นด้วยความโกรธแค้นและซ่อนศพเขาไว้ เมื่อเรื่องนี้ถูกเปิดโปงออกมาโมเสสจึงหนีฟาโรห์ไปอยู่ในแผ่นดินของคนมีเดียน ท่านเลี้ยงแกะอยู่ที่นั่นเป็นเวลา 40 ปีและนี่เป็นส่วนหนึ่งของการจัดเตรียมของพระเจ้าผู้ทรงมุ่งทดสอบและฝึกฝนโมเสสไว้ให้เป็นผู้นำของการอพยพ

เมื่อถึงเวลาของพระเจ้า พระองค์ทรงเรียกโมเสสและทรงบัญชาให้ท่านนำชนชาติอิสราเอลออกจากอียิปต์เพื่อนำคนเหล่านั้นเข้าสู่คานาอันซึ่งเป็นดินแดนที่อุดมไปด้วยน้ำผึ้งและน้ำนม

เนื่องจากจิตใจของฟาโรห์แข็งกระด้างท่านจึงไม่ฟังคำบัญชาของพระเจ้าที่ตรัสผ่านโมเสส ผลก็คือพระเจ้าทรงทำให้เกิดภัยพิบัติสิบอย่างขึ้นในอียิปต์และทรงนำคนอิสราเอลออกจากประเทศอียิปต์

ฟาโรห์และคนอียิปต์ยอมคุกเข่าต่อพระพักตร์พระเจ้าและปล่อยให้คนอิสราเอลเป็นอิสระจากการเป็นทาสหลังจากการเสียชีวิตของบุตรหัวปีของชาวอียิปต์ พระเจ้าทรงนำชนชาติอิสราเอลแต่ละก้าวตลอดการเดินทางของเขา พระองค์ทรงแยกทะเลแดงออกจากกันเพื่อให้คนเหล่านั้นเดินผ่านไปบนดินแห้ง เมื่อคนอิสราเอลไม่มีน้ำดื่ม

พระเจ้าทรงทำให้มีน้ำไหลออกมาจากก้อนหินและเมื่อคนเหล่านั้นไม่มีอาหารรับประทาน พระเจ้าทรงส่งมานาและนกคุ่มมาให้เขา พระเจ้าทรงกระทำการอัศจรรย์และหมายสำคัญเหล่านี้ผ่านทางโมเสสเพื่อรับประกันความอยู่รอดของประชาชนอิสราเอลนับล้านคนในถิ่นทุรกันดารเป็นเวลา 40 ปี

พระเจ้าผู้ทรงสัตย์ซื่อทรงนำคนอิสราเอลเข้าสู่แผ่นดินคานาอันผ่านทางโยชูวาผู้ซึ่งรับหน้าที่ต่อจากโมเสส พระเจ้าทรงช่วยโยชูวาและประชากรของท่านข้ามแม่น้ำจอร์แดนด้วยวิธีการของพระองค์และทรงอนุญาตให้คนเหล่านั้นยึดเมืองเยรีโค พระเจ้าทรงอนุญาตให้คนอิสราเอลยึดครองและถือกรรมสิทธิ์ในพื้นที่ส่วนใหญ่ของแผ่นดินคานาอันซึ่งอุดมไปด้วยน้ำผึ้งและน้ำนม

แน่นอน การยึดครองคานาอันไม่ได้เป็นเพียงพระพรของพระเจ้าสำหรับอิสราเอลเท่านั้นแต่ยังเป็นผลของการพิพากษาอย่างชอบธรรมของพระองค์ที่มีต่อผู้คนที่อาศัยอยู่ในแผ่นดินคานาอันซึ่งเต็มไปด้วยความบาปและความชั่วร้ายด้วยเช่นกัน ผู้คนที่อาศัยอยู่ในแผ่นดินคานาอันจมปลักอยู่กับความชั่วร้ายและตกอยู่ภายใต้การพิพากษา พระเจ้าทรงนำคนอิสราเอลเข้าไปยึดครองแผ่นดินนั้นด้วยความยุติธรรมของพระองค์

ลูกหลานของอับราฮัม ยาโคบ และบุตรชายของท่านเดินทางออกจากคานาอันเพื่อไปยังอียิปต์และตั้งถิ่นฐานอยู่ที่นั่น บัดนี้ลูกหลานของคนเหล่านี้เดินทางกลับมายังแผ่นดินคานาอันตามที่พระเจ้าตรัสไว้กับอับราฮัมว่า "ในชั่วอายุที่สี่ พงศ์พันธุ์ของเจ้าจะกลับมาที่นี่อีก" (ปฐมกาล 15:16)

ดาวิดก่อตั้งอิสราเอลที่มีแสนยานุภาพ

หลังการยึดครองแผ่นดินคานาอัน พระเจ้าทรงปกครองเหนืออิส

ราเอลโดยผ่านบรรดาผู้วินิจฉัยและผู้เผยพระวจนะในสมัยของผู้วินิจฉัย จากนั้นอิสราเอลก็กลายเป็นอาณาจักรหนึ่ง รากฐานของประเทศอิสราเอลถูกก่อตั้งขึ้นในช่วงการครองราชย์ของกษัตริย์ดาวิดผู้ที่รักพระเจ้าเหนือสิ่งอื่นใด

ในวัยหนุ่มดาวิดเคยสังหารนักรบชาวฟีลิสเตียด้วยสายสลิงและหินก้อนหนึ่ง เนื่องจากการทำหน้าที่ของท่านในสนามรบดาวิดจึงได้รับแต่งตั้งให้เป็นนักรบในกองทัพของกษัตริย์ซาอูล เมื่อดาวิดเดินทางกลับบ้านหลังจากเอาชนะพวกฟีลิสเตีย มีผู้หญิงหลายคนออกมาเต้นรำและร้องเพลงว่า "ซาอูลฆ่าคนเป็นพัน ๆ และดาวิดฆ่าคนเป็นหมื่น ๆ" และประชาชนอิสราเอลเริ่มรักดาวิด กษัตริย์ซาอูลจึงวางแผนสังหารดาวิดเพราะความอิจฉา

ในระหว่างการไล่ล่าของซาอูลดาวิดมีโอกาสสองครั้งที่จะสังหารกษัตริย์ซาอูลแต่ท่านปฏิเสธที่จะสังหารกษัตริย์ซึ่งพระเจ้าทรงเจิมตั้งเอาไว้ ดาวิดกระทำเฉพาะสิ่งที่ดีเท่านั้นต่อซาอูล ครั้งหนึ่งดาวิดก้มลงถึงดินและกราบไหว้กษัตริย์ซาอูลพร้อมกับทูลต่อพระองค์ว่า "ดูเถิด เสด็จพ่อของข้าพระบาท ขอดูชายฉลองพระองค์ในมือของข้าพระบาทเพราะโดยเหตุที่ว่าข้าพระบาทได้ตัดชายฉลองพระองค์ออกและมิได้ประหารฝ่าพระบาทเสีย ขอฝ่าพระบาททรงทราบและทรงเห็นเถิดว่าในมือของข้าพระบาทไม่มีความผิดหรือการกบฏ ข้าพระบาทมิได้กระทำบาปต่อฝ่าพระบาทแม้ว่าฝ่าพระบาทจะล่าชีวิตของข้าพระบาทเพื่อจะทำลายเสีย" (1 ซามูเอล 24:11)

ดาวิด (ซึ่งเป็นบุคคลที่มีพระทัยของพระเจ้า) ทำเฉพาะสิ่งที่ดีงามเท่านั้นในทุกสิ่งที่ท่านทำแม้กระทั่งเมื่อท่านขึ้นเป็นกษัตริย์ ในช่วงการครองราชย์ของพระองค์กษัตริย์ดาวิดปกครองแผ่นดินด้วยความยุติธรรมและสร้างความแข็งแกร่งให้กับแผ่นดิน เนื่องจากพระเจ้าทรงดำเนินอยู่กับท่าน กษัตริย์ดาวิดจึงมีชัยชนะในการทำสงครามกับคนฟีลิสเตีย คนโมอับ คนอามาเลข คนอัมโมน และคนเอโดม

ดาวิดขยายเขตแดนของอิสราเอลออกไป ทรัพย์สมบัติในอาณาจักรของท่านเพิ่มพูนขึ้นจากเครื่องบรรณาการและสิ่งของที่ยึดมาจากการทำสงคราม รัชสมัยของดาวิดจึงเป็นยุคแห่งความมั่งคั่งร่ำรวยของอิสราเอล

นอกจากนั้น ดาวิดยังเป็นผู้เคลื่อนย้ายหีบพันธสัญญาของพระเจ้าไปไว้ในเยรูซาเล็ม กำหนดระเบียบการของการถวายเครื่องบูชาและส่งเสริมความเชื่อในพระเจ้าพระเยโฮวาห์ด้วยเช่นกัน กษัตริย์ดาวิดสถาปนาเยรูซาเล็มให้เป็นศูนย์กลางทางการเมืองและการศาสนาของอาณาจักรพร้อมทั้งเตรียมความพร้อมสำหรับการสร้างพระวิหารอันศักดิ์สิทธิ์ของพระเจ้าซึ่งจะถูกสร้างขึ้นรัชสมัยของกษัตริย์ซาโลมอนราชโอรสของดาวิด

ตลอดประวัติศาสตร์ของประเทศนี้อิสราเอลมีแสนยานุภาพและความรุ่งเรืองมากที่สุดในรัชสมัยของกษัตริย์ดาวิด ประชาชนยอมรับนับถือกษัตริย์ดาวิดและถวายเกียรติยศแด่พระเจ้าอย่างมาก สิ่งสำคัญที่สุดก็คือพระเมสสิยาห์ผู้ซึ่งจะเสด็จมาทรงถือกำเนิดมาทางเชื้อสายของกษัตริย์ดาวิดเช่นกัน

เอลียาห์ชักนำจิตใจของคนอิสราเอลให้กลับมาหาพระเจ้า

ซาโลมอนพระราชโอรสของกษัตริย์ดาวิดกราบไหว้รูปเคารพในช่วงท้ายแห่งการครองราชย์ของพระองค์และอาณาจักรถูกแยกออกเป็นสองส่วนหลังจากการสิ้นพระชนม์ของซาโลมอน จากอิสราเอลทั้งสอบสองเผ่า คนอิสราเอลสิบเผ่าร่วมกันก่อตั้งอาณาจักรอิสราเอลซึ่งอยู่ทางด้านเหนือในขณะที่คนอิสราเอลอีกสองเผ่าร่วมกันก่อตั้งอาณาจักรยูดาที่อยู่ทางด้านใต้

ผู้เผยพระวจนะอาโมสและโฮเชยาเป็นผู้เผยพระวจนะในอาณาจักรอิสราเอลซึ่งเป็นผู้เปิดเผยให้เห็นถึงน้ำพระทัยของพระเจ้าที่มีต่อ

ประชากรของพระองค์ในขณะทีผู้เผยพระวจนะอิสยาห์และเยเรมีย์ทำพันธกิจในอาณาจักรยูดา เมือถึงเวลาของพระองค์ พระเจ้าทรงส่งผู้เผยพระวจนะของพระองค์มาเพือทำให้น้ำพระทัยของพระองค์สำเร็จผ่านคนเหล่านั้น หนึงในผู้เผยพระวจนะเหล่านั้นได้แก่เอลียาห์ซึงทำพันธกิจในช่วงการครองราชย์ของกษัตริย์อาหับในอาณาจักรเหนือ

ในสมัยของเอลียาห์ พระราชินีเยเซเบลซึงเป็นชาวต่างชาตินำเอาพระบาอัลเข้ามาในอิสราเอลและส่งเสริมให้มีการกราบไหว้รูปเคารพทั่วอาณาจักร ภารกิจแรกทีผู้เผยพระวจนะเอลียาห์ต้องทำก็คือการกราบทูลกษัตริย์อาหับว่าฝนจะไม่ตกในอิสราเอลเป็นเวลาสามปีครึงซึงเป็นผลแห่งการพิพากษาของพระเจ้าทีมีต่อการไหว้รูปเคารพของคนเหล่านั้น

เมือผู้เผยพระวจนะทราบว่ากษัตริย์และพระราชินีพยายามจะเอาชีวิตของท่าน เอลียาห์จึงหนีไปยังศาเรฟัทในเขตเมืองไซดอน ทีนันเอลียาห์ได้รับการเลี้ยงดูด้วยขนมปังเพียงเล็กน้อยจากหญิงม่ายคนหนึงและจากการทีเธอปรนนิบัติผู้เผยพระวจนะเอลียาห์ พระเจ้าจึงทรงสำแดงพระพรอย่างอัศจรรย์มาเหนือหญิงม่ายคนนั้นจนเธอมีแป้งอยู่ในหม้อและมีน้ำมันอยู่ในไหอย่างไม่ขาดแคลนไปจนกระทังการกันดารอาหารสิ้นสุดลง ต่อมาเอลียาห์ทำให้บุตรชายของหญิงม่ายคนนั้นเป็นขึ้นมาจากความตายด้วยเช่นกัน

บนภูเขาคารเมล เอลียาห์ท้าทายผู้เผยพระวจนะของพระบาอัล 450 คนและผู้เผยพระวจนะของพระอาเชราห์ 400 คนและนำเอาไฟของพระเจ้าลงมาฟ้าสวรรค์ เพือชักนำจิตใจของคนอิสราเอลไปจากการไหว้รูปเคารพและนำเขากลับมาหาพระเจ้าเอลียาห์จึงซ่อมแซมแท่นบูชาของพระเจ้าขึนใหม่ เทน้ำลงบนเครืองบูชาและแท่นบูชานั้น และอธิษฐานกับพระเจ้าด้วยใจร้อนรนว่า

“ข้าแต่พระเยโฮวาห์พระเจ้าแห่งอับราฮัม อิสอัค และอิสราเอล

ขอให้ทราบเสียทั่วกันในวันนี้ว่าพระองค์คือพระเจ้าในอิสราเอล และข้าพระองค์เป็นผู้รับใช้ของพระองค์และข้าพระองค์ได้กระทำบรรดาสิ่งเหล่านี้ตามพระดำรัสของพระองค์ ข้าขอแต่พระเจ้าขอทรงฟังข้าพระองค์ ทรงฟังข้าพระองค์ เพื่อชนชาตินี้จะทราบว่าพระองค์คือพระเยโฮวาห์ทรงเป็นพระเจ้าและพระองค์ทรงหันจิตใจของเขาทั้งหลายกลับมาอีก" แล้วไฟของพระเจ้าก็ตกลงมาและไหม้เครื่องเผาบูชาและฟืนและหินและผลคลีและเลียน้ำซึ่งอยู่ในคู และเมื่อประชาชนทั้งปวงได้เห็นเขาก็ซบหน้าลงและร้องว่า "พระเยโฮวาห์พระองค์ทรงเป็นพระเจ้า พระเยโฮวาห์พระองค์ทรงเป็นพระเจ้า" และเอลียาห์บอกเขาว่า "จงจับผู้เผยพระวจนะของพระบาอัลอย่าให้หนีไปได้สักคนเดียว" และเขาทั้งหลายก็ไปจับเขามาและเอลียาห์ก็นำเขามาที่ลำธารคีโชนและฆ่าเขาเสียที่นั่น (1 พงศ์กษัตริย์ 18:36-40)

นอกจากนั้น ท่านยังทำให้ฝนตกลงมาบนผืนดินหลังจากสามปีครึ่งของความแห้งแล้ง เดินข้ามแม่น้ำจอร์แดนเหมือนเดินอยู่บนดินแห้ง และพยากรณ์ถึงสิ่งต่าง ๆ ที่กำลังจะเกิดขึ้น เอลียาห์เป็นพยานถึงพระเจ้าผู้ทรงพระชนม์อยู่อย่างชัดเจนโดยการสำแดงถึงฤทธิ์อำนาจอันอัศจรรย์ของพระองค์

2 พงศ์กษัตริย์ 2:11 กล่าวว่า "และอยู่เมื่อท่านทั้งสอง [เอลียาห์และเอลีชา] ยังเดินพูดกันต่อไป ดูเถิด รถเพลิงคันหนึ่งและม้าเพลิงได้แยกเขาทั้งสองออกจากกันและเอลียาห์ได้ขึ้นไปโดยพายุเข้าสวรรค์" เนื่องจากเอลียาห์ทำให้พระเจ้าพอพระทัยด้วยความเชื่ออันยิ่งใหญ่ของท่านและได้รับความรักและการยอมรับจากพระเจ้า ผู้เผยพระวจนะท่านนี้จึงขึ้นไปสู่สวรรค์โดยไม่ได้เผชิญกับความตาย

ดาเนียลสำแดงสง่าราศีของพระเจ้าต่อบรรดาประชาชาติ

สองร้อยห้าสิบปีต่อ (ในราวปี ก.ค.ศ. 605) ในปีที่สามแห่งรัชสมัยของกษัตริย์เยโฮยาคิม เยรูซาเล็มล่มสลายจากการบุกยึดครองของกษัตริย์เนบูคัดเนสซาร์แห่งบาบิโลนและสมาชิกราชวงศ์ในอาณาจักรยูดาหลายคนถูกจับไปเป็นเชลย

เพื่อให้เป็นไปตามนโยบายสมานฉันท์ของเนบูคัดเนสซาร์ กษัตริย์องค์นี้จึงทรงบัญชาให้อัชเปนัสนำเอาคนอิสราเอลบางคนทั้งที่เป็นเชื้อพระวงศ์และเชื้อสายของขุนนาง คนหนุ่มที่ไม่มีตำหนิซึ่งมีรูปร่างหน้าตาดีและเชี่ยวชาญในสรรพปัญญา มีความรู้และความเข้าใจในสรรพวิทยา และมีความสามารถที่จะรับราชการในพระราชวังของกษัตริย์ และทรงบัญชาให้อัชเปนัสสอนวิชาและภาษาของคนเคลเดียให้กับคนหนุ่มเหล่านั้นซึ่งรวมถึงดาเนียล (ดาเนียล 1:3-4)

แต่ดาเนียลตั้งใจไว้ว่าท่านจะไม่กระทำตัวให้เป็นมลทินด้วยอาหารสูงของพระราชาหรือด้วยเหล้าองุ่นซึ่งพระองค์ดื่มพร้อมกับขออนุญาตจากหัวหน้าขันทีเพื่อจะไม่กระทำตัวให้เป็นมลทิน (ดาเนียล 1:8)

แม้ท่านจะเป็นนักโทษสงครามแต่ดาเนียลก็ได้รับพระพรจากพระเจ้าเมื่อท่านยำเกรงพระองค์ในทุกเรื่องของชีวิต พระเจ้าประทานความรู้และสติปัญญาในสรรพวิทยาและสรรพปัญญาแก่ดาเนียลและสหายของท่าน ดาเนียลเข้าใจความฝันและนิมิตทุกประเภท (ดาเนียล 1:17)

นั่นคือสาเหตุที่ดาเนียลเป็นที่โปรดปรานและได้รับการยอมรับจากกษัตริย์องค์ต่าง ๆ อย่างต่อเนื่องแม้ในยามที่มีการเปลี่ยนแปลงในอาณาจักร เนื่องจากทรงมองเห็นจิตวิญญาณที่ไม่ธรรมดาของดาเนียล กษัตริย์ดาริอัสแห่งเปอร์เซียจึงทรงแต่งตั้งดาเนียลให้เป็นผู้มีอำนาจปกครองเหนือราชอาณาจักรทั้งสิ้นของพระองค์

ข้าราชการคนอื่น ๆ ในพระราชวังเกิดความอิจฉาดาเนียลและเริ่มมองหามูลเหตุเพื่อฟ้องร้องดาเนียลเกี่ยวกับการบริหารราชการ แต่คนเหล่านั้นไม่สามารถพบมูลเหตุหรือหลักฐานการทุจริตในตัวดาเนียลเลย

เมื่อคนเหล่านั้นทราบว่าดาเนียลอธิษฐานต่อพระเจ้าวันละสามครั้ง ข้าราชการเหล่านั้นจึงเข้าเฝ้าพระราชาและกราบทูลให้พระองค์ตรากฎหมายห้ามไม่ให้ผู้ใดทูลขอต่อพระหรือมนุษย์นอกเหนือจากกษัตริย์เป็นเวลาหนึ่งเดือน ถ้าผู้ใดฝ่าฝืนก็ให้โยนผู้นั้นลงในถ้ำสิงห์ แต่ดาเนียลไม่ได้หวาดหวั่น แม้ต้องเสี่ยงต่อการเสียชื่อเสียงตำแหน่งอันสูงส่ง และชีวิตของตนในถ้ำสิงห์ แต่ดาเนียลยังคงอธิษฐานต่อพระเจ้าอย่างต่อเนื่องโดยหันหน้าไปตรงไปยังกรุงเยรูซาเล็มเหมือนที่ท่านเคยกระทำมาแต่ก่อน

ดาเนียลถูกโยนลงไปในถ้ำสิงห์ตามคำบัญชาของพระราชา แต่เพราะพระเจ้าทรงส่งทูตสวรรค์ของพระองค์มาปิดปากสิงห์ไว้ดาเนียลจึงไม่ได้รับอันตรายใด ๆ เมื่อทรงทราบถึงเรื่องนี้พระราชาดาริอัสจึงทรงตราพระราชสารไปถึงบรรดาประชาชาติและชนทุกชาติทุกภาษาที่อาศัยอยู่ในพิภพทั้งสิ้นพร้อมกับกำชับให้คนเหล่านั้นยกย่องและถวายสง่าราศีแด่พระเจ้าว่า

เราออกกฤษฎีกาว่าให้คนทั้งปวงสั่นสะท้านและยำเกรงพระเจ้าของดาเนียลในราชอาณาจักรของเราทั้งหมด เพราะพระองค์ทรงเป็นพระเจ้าผู้ทรงพระชนม์อยู่ ทรงดำรงอยู่เป็นนิตย์ แผ่นดินของพระองค์จะไม่ถูกทำลายและราชอาณาจักรของพระองค์จะดำรงจนถึงที่สุด พระองค์ทรงช่วยกู้และช่วยให้พ้นภัย พระองค์ทรงกระทำหมายสำคัญและการอัศจรรย์ในฟ้าสวรรค์และบนพื้นพิภพ พระองค์คือพระผู้ช่วยดาเนียลให้รอดจากฤทธิ์ของสิงห์ (ดาเนียล 6:26-27)

นอกเหนือจากบิดาแห่งความเชื่อผู้มีกิตติศัพท์ในพระเจ้าเหล่านี้แล้วพระคัมภีร์ยังแนะนำให้เรารู้จักบุคคลสำคัญในพระคัม

ภีร์อีกหลายคน เช่น กิเดโอน บาราค แซมสัน เยฟธาห์ ซามูเอล อิสยาห์ เยเรมีย์ เอเสเคียล สหายทั้งสามคนของดาเนียล เอสเธอร์ และผู้เผยพระวจนะคนอื่น ๆ การกระทำแห่งความเชื่อของคนเหล่านี้มีมากกมายเกินกว่าที่จะบรรยายให้ครบถ้วนได้ด้วยน้ำหมึกและแผ่นกระดาษที่มีอยู่

บิดาแห่งความเชื่อสำหรับชนทุกชาติบนแผ่นดินโลก

พระเจ้าทรงวางแผนและทรงชี้นำประวัติศาสตร์ของประเทศนี้ด้วยพระองค์เองนับจากวันแรกของอิสราเอล แต่ละครั้งที่อิสราเอลตกอยู่ในวิกฤตพระเจ้าทรงปลดปล่อยคนเหล่านี้ผ่านทางผู้เผยพระวจนะที่พระองค์ทรงจัดเตรียมไว้และทรงควบคุมประวัติศาสตร์ของอิสราเอล

ด้วยเหตุนี้ ประวัติศาสตร์ของอิสราเอลจึงถูกตีแผ่นออกมาตามการจัดเตรียมของพระเจ้านับจากสมัยของอับราฮัม (ซึ่งแตกต่างจากประวัติศาสตร์ของชนชาติอื่น) และประวัติศาสตร์ของชนชาตินี้จะถูกตีแผ่ออกมาอย่างต่อเนื่องตามแผนการของพระเจ้าจนกระทั่งวาระสุดท้าย

การที่พระเจ้าทรงเจิมและทรงใช้บิดาแห่งความเชื่อในท่ามกลางคนอิสราเอลสำหรับการจัดเตรียมและแผนการของพระองค์นั้นไม่ใช่เพื่อชนชาติอิสราเอลที่พระองค์ทรงเลือกเท่านั้น แต่เพื่อชนทุกชาติทั่วโลกที่มีความเชื่อในพระองค์ด้วยเช่นกัน

เพราะอับราฮัมจะเป็นประชาชาติใหญ่โตและมีกำลังมากและประชาชาติทั้งหลายในโลกจะได้รับพรก็เพราะท่าน (ปฐมกาล 18:18)

พระเจ้าทรงปรารถนาให้ “ประชาชาติทั้งหลายในโลก” เป็นบุตรของอับราฮัมโดยความเชื่อและได้รับพรของอับราฮัม พระเจ้าไม่ได้สงวนพระพรไว้สำหรับคนอิสราเอลที่พระองค์ทรงเลือกเพียงกลุ่มเดี

ยว พระเจ้าทรงสัญญากับอับราฮัมในปฐมกาล 17:4-5 ว่าท่านจะเป็นบิดาของหลายประชาชาติและในปฐมกาล 12:3 ว่าบรรดาเผ่าพันธุ์ทั่วโลกจะได้รับพรเพราะท่านรวมทั้งในปฐมกาล 22:17-18 ว่าประชาชาติทั้งหลายทั่วโลกจะได้รับพรเพราะเชื้อสายของท่าน

ยิ่งกว่านั้น พระเจ้าทรงเปิดหนทางเพื่อให้ชนทุกชาติทั่วโลกมารู้จักกับพระเยโฮวาห์พระเจ้าองค์เที่ยงแท้ ปรนนิบัติพระองค์ และกลายเป็นบุตรที่แท้จริงของพระเจ้าผ่านทางประวัติศาสตร์ของอิสราเอลด้วยเช่นกัน

เราพร้อมที่จะให้ผู้ที่มิได้ขอพบเรา หาเราได้ เราพร้อมที่จะให้ผู้ที่ไม่แสวงเรา พบเราได้ เราว่า "เราอยู่ที่นี่ เราอยู่ที่นี่" ต่อประชาชาติที่ไม่ออกนามของเรา (อิสยาห์ 65:1)

พระเจ้าทรงสถาปนาเหล่าบิดาแห่งความเชื่อเอาไว้พร้อมกับทรงนำและทรงควบคุมดูแลประวัติศาสตร์ของอิสราเอลด้วยพระองค์เองเพื่อเปิดโอกาสให้ทั้งคนต่างชาติและคนอิสราเอลที่พระองค์ทรงเลือกสรรร้องออกพระนามของพระองค์ ในวันนั้นพระเจ้าจะทรงทำให้ประวัติศาสตร์ของการฝัดร่อนมนุษย์สำเร็จลุล่วง แต่วันนี้พระเจ้าทรงใช้แผนการอันยิ่งใหญ่อีกแผนหนึ่งเพื่อพระองค์จะทรงประยุกต์ใช้การจัดเตรียมในเรื่องการฝัดร่อนมนุษย์กับคนต่างชาติด้วยเช่นกัน เพราะฉะนั้น เมื่อถึงเวลาของพระองค์ พระเจ้าจึงทรงส่งพระบุตรองค์เดียวของพระองค์เข้ามายังแผ่นดินอิสราเอลไม่ใช่ในฐานะพระเมสสิยาห์ของอิสราเอลเท่านั้น แต่ในฐานะพระเมสสิยาห์ของมนุษย์ทุกคนทั่วโลกด้วยเช่นกัน

ผู้คนที่เป็นพยานถึงพระเยซูคริสต์

ตลอดประวัติศาสตร์ของการฝัดร่อนมนุษย์ อิสราเอลเป็นศูนย์กลางของการทำให้การจัดเตรียมของพระเจ้าสำเร็จลุล่วงเสมอ พระเจ้าทรงเปิดเผยพระองค์เองต่อเหล่าบิดาแห่งความเชื่อ ทรงสัญญาถึงสิ่งที่จะเกิดขึ้นกับคนเหล่านั้น และทรงทำให้สิ่งเหล่านั้นสำเร็จตามพระสัญญา พระองค์ตรัสกับคนอิสราเอลเช่นกันว่าพระเมสสิยาห์จะมาจากเผ่ายูดาและวงศ์วานของดาวิดและจะช่วยประชาชาติทั่วโลกให้รอด

ด้วยเหตุนี้ อิสราเอลจึงรอคอยพระเมสสิยาห์ที่พยากรณ์ไว้ในพระคัมภีร์เดิม พระเมสสิยาห์คือพระเยซูคริสต์ ผู้คนที่นับถือลัทธิยิวไม่ยอมรับว่าพระเยซูทรงเป็นพระบุตรของพระเจ้าและพระเมสสิยาห์ตรงกันข้าม คนเหล่านั้นยังรอคอยการเสด็จมาของพระเมสสิยาห์

แต่พระเมสสิยาห์ที่อิสราเอลรอคอยและพระเมสสิยาห์ที่หนังสือบทนี้ทั้งบทกล่าวถึงเป็นองค์เดียวกัน

ผู้คนพูดถึงพระเยซูคริสต์ในลักษณะใด ถ้าท่านศึกษาคำพยากรณ์เกี่ยวกับพระเมสสิยาห์และความสำเร็จของคำพยากรณ์เหล่านั้นและสำรวจถึงคุณสมบัติของพระเมสสิยาห์ ท่านจะยืนยันตามข้อเท็จจริงที่ว่าแท้จริงพระเมสสิยาห์ที่อิสราเอลเฝ้ารอคอยคือพระเยซูคริสต์

เปาโลผู้ข่มเหงพระเยซูคริสต์กลับใจมาเป็นอัครทูตของพระองค์

เปาโลเกิดที่เมืองทาร์ซัสในซิลิเซีย (ซึ่งเป็นหัวเมืองสำคัญในตอนใต้ของประเทศตุรกีในปัจจุบัน) เมื่อประมาณ 2 พันปีที่แล้วและชื่อเดิมของท่านคือเซาโล เซาโลเข้าพิธีสุหนัตหลังจาก

เกิดมาได้แปดวัน ท่านเป็นชนชาติอิสราเอลอยู่ในเผ่าเบนยามิน เป็นชาติฮีบรูที่เกิดจากชาวฮีบรู ท่านไม่มีที่ติในเรื่องความชอบธรรมซึ่งอยู่ในธรรมบัญญัติ เปาโลได้รับการศึกษาจากกามาลิเอลครูสอนธรรมบัญญัติที่ได้รับการเคารพยกย่องจากทุกคน ท่านดำเนินชีวิตอย่างเคร่งครัดตามกฎเกณฑ์ของเหล่าบรรพบุรุษและเป็นพลเมืองของโรมซึ่งเป็นมหาอำนาจของโลกในเวลานั้น ถ้าพูดแบบเนื้อหนังก็อาจกล่าวได้ว่าเปาโลไม่ขาดตกบกพร่องสิ่งใดเลยไม่ว่าในเรื่องครอบครัว วงศ์ตระกูล ความรู้ ทรัพย์สินเงินทอง หรือสิทธิอำนาจ

เพราะท่านรักพระเจ้าเหนือสิ่งอื่นใดเซาโลจึงข่มเหงสาวกของพระเยซูคริสต์อย่างกระตือรือร้น เมื่อท่านได้ยินพวกคริสเตียนกล่าวอ้างว่าพระเยซูที่ถูกตรึงบนกางเขนเป็นพระบุตรของพระเจ้าและพระผู้ช่วยให้รอดพร้อมกับประกาศว่าพระเยซูทรงเป็นขึ้นจากความตายในวันที่สาม เซาโลถือว่าการกระทำดังกล่าวเทียบเท่ากับการหมิ่นประมาทพระเจ้า

เซาโลคิดเช่นกันว่าสาวกของพระเยซูคริสต์เป็นภัยคุกคามต่อศาสนายิวของพวกฟาริสีที่ท่านถือปฏิบัติอย่างเคร่งครัด เพราะเหตุนี้เซาโลจึงข่มเหงและทำลายคริสตจักรอย่างไม่ลดละและเป็นผู้นำในการจับกุมผู้เชื่อในพระเยซูคริสต์

ท่านจำคุกคริสเตียนจำนวนมากและออกเสียงให้ประหารคนเหล่านั้น เซาโลยังลงโทษผู้เชื่อในธรรมศาลา พยายามบังคับให้คนเหล่านั้นแช่งด่าพระเยซูคริสต์ในธรรมศาลา และไล่ล่าคริสเตียนแม้กระทั่งในต่างประเทศ

เซาโลมีประสบการณ์ครั้งสำคัญซึ่งทำให้ชีวิตของท่านเปลี่ยนแปลงไปอย่างสิ้นเชิง ในขณะที่ท่านกำลังเดินทางอยู่บนถนนไปยังเมืองดามัสกัส ทันใดนั้นมีแสงสว่างส่องมาจากฟ้าล้อมรอบตัวท่านเอาไว้

"เซาโล เซาโลเอ๋ย เจ้าข่มเหงเราทำไม"

"พระองค์เจ้าข้า พระองค์ทรงเป็นผู้ใด"
"เราคือเยซูซึ่งเจ้าข่มเหง"
เมื่อเซาโลลุกขึ้นจากพื้นดินตาของท่านมองไม่เห็น มีคนนำท่านเข้าไปในเมืองดามัสกัส ท่านพักอยู่ในเมืองนั้นสามวันโดยมองไม่เห็นสิ่งใด เซาโลไม่ได้กินหรือดื่ม หลังจากเหตุการณ์นี้องค์พระผู้เป็นเจ้าทรงปรากฏกับสาวกคนหนึ่งชื่ออานาเนียในนิมิต

จงลุกขึ้นไปที่ถนนที่เรียกว่าถนนตรง ถามหาชายคนหนึ่งชื่อเซาโลชาวเมืองทาร์ซัสอยู่ในตึกของยูดาสเพราะดูเถิดเขากำลังอธิษฐานอยู่ และเขาได้เห็นคนหนึ่งชื่ออานาเนียเข้ามาวางบนเขาเพื่อเขาจะเห็นได้อีก...จงไปเถิด เพราะว่าคนนั้นเป็นภาชนะที่เราได้เลือกสรรไว้สำหรับจะนำนามของเราไปยังประชาชาติ กษัตริย์ และพวกอิสราเอล เพราะว่าเราจะสำแดงให้เขาเห็นว่าเขาจะต้องทนทุกข์ลำบากมากเท่าใดเพราะนามของเรา (กิจการ 9:11-12; 15-16)

เมื่ออานาเนียวางมือของท่านบนเซาโลและอธิษฐานเผื่อท่าน ทันใดนั้นมีบางสิ่งเหมือนเกล็ดตกจากตาของเซาโลแล้วตาของท่านก็มองเห็นได้อีก หลังจากท่านพบกับองค์พระผู้เป็นเจ้าเซาโลสำนึกถึงความผิดบาปของตนและชื่อของท่านถูกเปลี่ยนเป็น "เปาโล" ซึ่งแปลว่า "คนตัวเล็ก" นับจากนั้นเป็นต้นมาเปาโลเทศนากับคนต่างชาติอย่างกล้าหาญเกี่ยวกับพระเจ้าผู้ทรงพระชนม์อยู่และพระกิตติคุณของพระเยซูคริสต์

พี่น้องทั้งหลาย ข้าพเจ้าอยากให้ท่านทราบว่าข่าวประเสริฐที่ข้าพเจ้าได้ประกาศไปแล้วนั้นไม่ใช่ของมนุษย์ เพราะว่าข้าพเจ้าไม่ได้รับข่าวประเสริฐนั้นจากมนุษย์ ไม่มีมนุษย์คนใดสอนข้าพเจ้า แต่ข้าพเจ้าได้รับข่าวประเสริฐนั้นโดยพระเยซูคริสต์ทรงสำแดงแก่ข้าพเจ้า เพราะท่านก็ได้ยินถึงชีวิตในหนหลังของข้าพเจ้าเมื่อข้าพเจ้า

ยังอยู่ในลัทธิยิวแล้วว่าข้าพเจ้าได้ข่มเหงคริสตจักรของพระเจ้าอย่างร้ายแรงเหลือเกินและพยายามที่จะทำลายเสีย และเมื่อข้าพเจ้าอยู่ในลัทธิยิวนั้นข้าพเจ้าก้าวหน้าเกินกว่าเพื่อนหลายคนที่มีอายุรุ่นราวคราวเดียวกันและที่เป็นชนชาติเดียวกันเพราะเหตุที่ข้าพเจ้ามีหัวรุนแรงยิ่งกว่าเขาในเรื่องขนบธรรมเนียมของบรรพบุรุษของข้าพเจ้า แต่เมื่อพระเจ้าผู้ทรงสรรข้าพเจ้าไว้ตั้งแต่อยู่ในครรภ์มารดาและได้ทรงโปรดบัญชาใช้ข้าพเจ้าโดยพระคุณของพระองค์ทรงพอพระทัยที่จะทรงสำแดงพระบุตรของพระองค์แก่ข้าพเจ้าเพื่อให้ข้าพเจ้าประกาศพระบุตรแก่ชนต่างชาตินั้นข้าพเจ้าก็มิได้ปรึกษากับมนุษย์คนใดเลยและข้าพเจ้าก็ไม่ได้ขึ้นไปยังกรุงเยรูซาเล็มเพื่อพบกับผู้ที่เป็นอัครทูตก่อนข้าพเจ้า แต่ข้าพเจ้าได้ออกไปยังประเทศอาระเบียทันทีแล้วก็กลับมายังกรุงดามัสกัสอีก (กาลาเทีย 1:11-17)

แม้หลังจากที่ท่านพบกับพระเยซูคริสต์องค์พระผู้เป็นเจ้าและประกาศพระกิตติคุณ เปาโลก็ยังต้องทนต่อความยากลำบากทุกชนิดเกิดกว่าที่จะคำบรรยายให้ครบถ้วนได้ เปาโลทำงานเหน็ดเหนื่อยมากกว่าคนอื่น ถูกจำคุกมากกว่าคนอื่น และถูกเฆี่ยนตีมากกว่าคนอื่น ท่านเผชิญกับภัยอันตรายแบบเฉียดตายอยู่บ่อยครั้งผ่านการอดหลับอดนอน ความหิวและความกระหาย การอดข้าวอาหาร และต้องทนต่อความหนาวและการเปลือยกาย (2 โครินธ์ 11:23-27)

ท่านสามารถใช้ชีวิตอย่างมั่งคั่งและสะดวกสบายเนื่องจากสถานะสิทธิอำนาจ ความรู้ และสติปัญญาที่ท่านมีอยู่ แต่เปาโลยอมสละสิ่งสารพัดและยอมจำนนทุกสิ่งที่ท่านมีอยู่ให้กับองค์พระผู้เป็นเจ้า

เพราะว่าข้าพเจ้าเป็นผู้น้อยที่สุดในพวกอัครทูตและไม่สมควรจะได้ชื่อว่าเป็นอัครทูตเพราะว่าข้าพเจ้าได้เคี่ยวเข็ญคริสตจักรของพระเจ้า แต่ว่าข้าพเจ้าเป็นอยู่อย่างที่เป็นอยู่นี้ก็เนื่องด้วยพระคุณของพระเจ้าและพระคุณของพระองค์ซึ่งได้ทรงประทานแก่ข้าพเจ้านั้นมิไ

ด้ไร้ประโยชน์ ตรงกันข้าม ข้าพเจ้ากลับทำงานมากกว่าพวกเขาเสียอีก มิใช่ตัวข้าพเจ้าเองทำ พระคุณของพระเจ้าซึ่งดำรงอยู่กับข้าพเจ้าต่างหากที่ทำ (1 โครินธ์ 15:9-10)

เปาโลสามารถกล่าวเช่นนี้ได้ก็เพราะท่านมีประสบการณ์อย่างชัดเจนกับพระเยซูคริสต์ องค์พระผู้เป็นเจ้าไม่เพียงแต่พบกับเปาโลบนถนนไปสู่เมืองดามัสกัสเท่านั้นแต่พระองค์ยังทรงยืนยันถึงการสถิตอยู่กับเปาโลด้วยการสำแดงฤทธิ์อำนาจอย่างอัศจรรย์ของพระองค์เช่นกัน

พระเจ้าทรงกระทำการเป็นอิทธิฤทธิ์มากมายด้วยมือของเปาโล เมื่อมีคนนำเอาผ้าเช็ดหน้ากับผ้ากันเปื้อนจากตัวของท่านไปวางที่ตัวคนไข้คนเหล่านั้นก็หายโรคและผีร้ายก็ออกจากเขา เปาโลยังทำให้ยุทิกัสเป็นขึ้นมาจากความตายเมื่อชายคนนั้นพลัดตกลงมาจากหน้าต่างชั้นที่สาม การทำให้คนตายเป็นขึ้นมาใหม่ไม่สามารถเกิดขึ้นได้ถ้าปราศจากฤทธิ์อำนาจของพระเจ้า

พระคัมภีร์เดิมกล่าวว่าเอลียาห์ทำให้บุตรชายของหญิงม่ายในเมืองศาเรฟัทเป็นขึ้นมาจากความตายและผู้เผยพระวจนะเอลีชาทำให้บุตรชายของหญิงชาวชูเนมฟื้นคืนชีพขึ้นมาใหม่ พระเจ้าประทานฤทธิ์อำนาจของพระองค์ให้กับคนของพระเจ้าเหมือนที่ผู้เขียนสดุดีกล่าวไว้ในสดุดี 62:11 ว่า “พระเจ้าตรัสครั้งหนึ่ง ข้าพเจ้าได้ยินอย่างนี้สองครั้วแล้วว่าฤทธานุภาพเป็นของพระเจ้า”

ในระหว่างการเดินทางทำพันธกิจทั้งสามเที่ยวของท่านเปาโลได้วางรากฐานให้กับการประกาศพระกิตติคุณของพระเยซูคริสต์กับบรรดาประชาชาติด้วยการก่อตั้งคริสตจักรขึ้นตามที่ต่าง ๆ ในทวีปเอเชียและยุโรปซึ่งรวมถึงเอเชียน้อยและประเทศกรีซ ดังนั้น เปาโลจึงเปิดเส้นทางของการประกาศพระกิตติคุณของพระเยซูคริสต์ออกไปทั่วทุกมุมโลกและดวงวิญญาณจำนวนมากได้รับความรอด

เปโตรสำแดงฤทธ์อำนาจอันยิงใหญ่และช่วยดวงวิญญาณจำนวนมากให้รอด

พระคัมภีร์กล่าวถึงเปโตรทีเป็นผู้นำในการประกาศพระกิตติคุณกับชาวยิวอย่างไรบ้าง ก่อนพบพระเยซูท่านเป็นชาวประมงธรรมดาคนหนึง แต่หลังจากท่านได้รับการทรงเรียกและเห็นถึงการอัศจรรย์ทีพระเยซูทรงกระทำด้วยตนเอง เปโตรจึงกลายเป็นสาวกทีดีทีสุดคนหนึงของพระองค์

เมือเปโตรเห็นพระเยซูสำแดงฤทธีอำนาจอันยิงใหญ่ซึงไม่มีมนุษย์คนใดลอกเลียนแบบได้ เช่น การทำให้คนตาบอดมองเห็น คนง่อยเดินได้ และคนตายเป็นขึนมาใหม่ เมือท่านเห็นพระเยซูกระทำสิงทีดีงามและทรงช่วยปกปิดความผิดและการล่วงละเมิดของผู้คน เปโตรจึงเชือว่า “พระองค์มาจากพระเจ้าอย่างแท้จริง” เราเห็นคำกล่าวยอมรับของท่านในมัทธิวบททื 16

“แล้วพวกท่านเล่าว่าเราเป็นใคร” (ข้อ 15)

“พระองค์ทรงเป็นพระคริสต์พระบุตรของพระเจ้าผู้ทรงพระชนม์อยู่” (ข้อ 16)

จากนันมีสิงทีคาดไม่ถึงอย่างเกิดขึนกับเปโตรซึงเป็นผู้กล่าวคำยอมรับข้างต้น เปโตรเคยกล่าวกับพระเยซูในระหว่างการรับประทานอาหารมือสุดท้ายว่า “แม้คนทังปวงจะทิงพระองค์ข้าพระองค์จะทิงก็หามิได้เลย” แต่ในคืนทีเขาอายัดและตรึงพระเยซู เปโตรปฏิเสธว่าตนไม่รู้จักกับพระองค์ถึงสามครังเพราะความกลัวตาย

หลังจากพระเยซูทรงเป็นขึนมาจากความตายและเสด็จขึนสู่สวรรค์ เปโตรได้รับพระวิญญาณบริสุทธิ์และรับการเปลียนแปลงใหม่อย่างอัศจรรย์ ท่านอุทิศชีวิตทุกส่วนของท่านให้กับการประกาศพระกิตติคุณเรืองพระเยซูคริสต์โดยไม่เกรงกลัวต่อความตาย

วันหนึ่งมีผู้คน 3 พันคนกลับใจและรับบัพติศมาเมื่อท่านเป็นพยาน ถึงพระเยซูคริสต์อย่างกล้าหาญ ก่อนที่พวกผู้นำชาวยิวจะข่มขู่เอาชีวิตของท่าน เปโตรประกาศว่าพระเยซูคริสต์ทรงเป็นองค์พระผู้เป็นและทรงเป็นพระผู้ช่วยให้รอด

"จงกลับใจใหม่และรับบัพติศมาในพระนามแห่งพระเยซูคริสต์สิ้นทุกคนเพื่อพระเจ้าจะทรงยกความผิดบาปของท่านเสีย แล้วท่านจะได้รับพระราชทานพระวิญญาณบริสุทธิ์ ด้วยว่าพระสัญญานั้นตกแก่ท่านทั้งหลายกับลูกหลานของท่านด้วยและแก่คนทั้งหลายที่อยู่ไกล คือทุกคนที่องค์พระผู้เป็นเจ้าพระเจ้าของเราทรงเรียกมาเฝ้าพระองค์" (กิจการ 2:38-39)

"พระองค์เป็นศิลาที่ท่านทั้งหลายผู้เป็นช่างก่อได้ทอดทิ้งซึ่งได้เป็นศิลามุมเอกแล้ว ในผู้อื่นความรอดไม่มีเลยด้วยว่านามอื่นซึ่งให้เราทั้งหลายรอดได้ไม่ทรงโปรดให้มีในท่ามกลางมนุษย์ทั่วใต้ฟ้า" (กิจการ 4:11-12)

เปโตรสำแดงฤทธิ์อำนาจของพระเจ้าด้วยการทำหมายสำคัญและการอัศจรรย์มากมาย ที่เมืองลิดดาเปโตรรักษาชายคนหนึ่งที่เป็นอัมพาตมาถึงแปดปีและที่เมืองยัฟฟาท่านทำให้ทาบิธาที่ป่วยและเสียชีวิตไปแล้วเป็นขึ้นมาใหม่ เปโตรยังทำให้คนง่อยลุกขึ้นยืนและเดิน รักษาผู้ป่วยด้วยโรคภัยต่าง ๆ ให้หายและขับผีร้ายจำนวนมากออกไป

ฤทธิ์อำนาจของพระเจ้าอยู่กับเปโตรอย่างมากจนมีผู้คนมากมายหามคนเจ็บป่วยที่นอนอยู่บนที่นอนและบนแคร่ออกไปวางไว้ที่ถนนโดยคนเหล่านั้นคาดหวังว่าเมื่อเปโตรเดินผ่านไปอย่างน้อยเงาของท่านจะถูกต้องตัวคนเหล่านั้นบางคน (กิจการ 5:15)

นอกจากนั้น พระเจ้าทรงสำแดงให้เปโตรทราบผ่านทางนิมิตว่

าพระกิตติคุณเรื่องความรอดต้องถูกประกาศออกไปถึงคนต่างชาติ วันหนึ่ง เมื่อเปโตรขึ้นไปอธิษฐานบนหลังคาตึกท่านรู้สึกหิวและอยากรับประทานอาหาร ในขณะที่เจ้าของบ้านยังเตรียมอาหารอยู่นั้นเปโตรก็เข้าสู่ภวังค์และมองเห็นท้องฟ้าแหวกออกเป็นช่องพร้อมกับมีวัตถุบางอย่างเหมือนผ้าผืนใหญ่หย่อนลงมายังพื้นโลกในนั้นมีสัตว์ทุกชนิด คือสัตว์สี่เท้า สัตว์เลื้อยคลาน และสัตว์มีปีก (กิจการ 10:9-12) จากนั้นเปโตรได้ยินพระสุรเสียงตรัสว่า

"เปโตรเอ๋ย จงลุกขึ้นฆ่ากินเถิด" (ข้อ 13)

"มิได้ พระเจ้าข้า เพราะว่าสิ่งซึ่งเป็นของต้องห้ามหรือของมลทินนั้นข้าพระองค์ไม่เคยรับประทานเลย" (ข้อ 14)

"ซึ่งพระเจ้าได้ทรงชำระแล้วอย่าว่าเป็นของต้องห้าม" (ข้อ 15)

สิ่งนี้เกิดขึ้นถึงสามครั้งและทุกครั้งที่เกิดขึ้นสิ่งนี้ก็ถูกรับขึ้นไปในฟ้าอากาศทันที เปโตรไม่เข้าใจว่าเพราะเหตุใดพระเจ้าจึงทรงสั่งให้ท่านรับประทานสิ่งที่ธรรมบัญญัติของโมเสสถือว่า "เป็นมลทิน" ในขณะที่เปโตรกำลังใคร่ครวญเรื่องนิมิตที่ท่านเห็นนั้น พระวิญญาณบริสุทธิ์จึงตรัสกับท่านว่า "ดูเถิด ชายสามคนมาหาเจ้า จงลุกขึ้นลงไปข้างล่างและไปกับเขาเถิด อย่าลังเลใจเลยเพราะว่าเราได้ใช้เขามา" (กิจการ 10:19-20) ชายทั้งสามคนถูกส่งมาในนามของชาวต่างชาติคนหนึ่งชื่อโครเนลิอัสเพื่อพาเปโตรไปยังบ้านของเขา

พระเจ้าทรงเปิดเผยกับเปโตรผ่านทางนิมิตนี้ว่าพระองค์ทรงปรารถนาให้พระเมตตาของพระองค์ถูกประกาศออกไปในหมู่คนต่างชาติและทรงกำชับให้เปโตรเผยแพร่พระกิตติคุณเรื่องพระเยซูคริสต์องค์พระผู้เป็นเจ้ากับคนเหล่านั้น เปโตรซาบซึ้งในพระคุณขององค์พระผู้เป็นเจ้าผู้ทรงรักท่านจนถึงที่สุดและทรงมอบหมายภารกิจอันศักดิ์สิทธิ์แก่ท่านในฐานะอัครทูตของพระองค์แม้ว่าเปโตรเคยปฏิเสธพระองค์ถึงสามครั้ง เปโตรไม่เสียดายชีวิตของท่านในการน

ำดวงวิญญาณจำนวนมากมาสู่หนทางแห่งความรอดและยอมสละชีวิตของท่านเพื่อความเชื่อ

อัครทูตยอห์นพยากรณ์ถึงวาระสุดท้ายด้วยวิวรณ์ของพระเยซูคริสต์

ก่อนหน้านี้ยอห์นเป็นชาวประมงค์ในทะเลกาลิลี แต่หลังจากท่านได้รับการทรงเรียกจากพระเยซูยอห์นจึงติดตามพระองค์ไปเสมอและท่านเห็นถึงการสำแดงหมายสำคัญและการอัศจรรย์มากมาย ยอห์นเห็นพระเยซูเปลี่ยนน้ำเป็นน้ำองุ่นในงานสมรสที่หมู่บ้านคานา รักษาคนป่วยจำนวนมากให้หายซึ่งรวมถึงชายที่ป่วยมาแล้วถึง 38 ปี ขับผีร้ายมากมายออกไป และทำให้คนตาบอดมองเห็น ยอห์นยังเห็นพระเยซูดำเนินอยู่บนน้ำและทำให้ลาซารัสที่เสียชีวิตไปแล้วสี่วันเป็นขึ้นมาจากความตายหลังจากเช่นกัน

ยอห์นอยู่กับพระเยซูเมื่อพระองค์ทรงจำแลงพระกาย (พระพักตร์ของพระองค์ทอแสงเหมือนแสงอาทิตย์ ฉลองพระองค์ก็ขาวผ่องดุจแสงสว่าง) และทรงสนทนาอยู่กับโมเสสและเอลียาห์บนยอดเขาสูง แม้ในช่วงที่พระเยซูกำลังจะสิ้นพระชนม์บนไม้กางเขนยอห์นก็ได้ยินพระเยซูตรัสกับนางมารีย์และกับท่านว่า

"หญิงเอ๋ย จงดูบุตรของท่านเถิด"

"จงดูมารดาของท่านเถิด"

พระเยซูทรงเล้าโลมนางมารีย์ผู้ที่ตั้งครรภ์และให้กำเนิดกับพระองค์ด้วยคำตรัสสุดท้ายบนกางเขนเหล่านี้ แต่ในความหมายฝ่ายวิญญาณพระเยซูทรงประกาศกับมนุษย์ว่าผู้เชื่อทุกคนล้วนคือมารดาและพี่น้องชายหญิงของพระองค์

พระเยซูไม่เคยเรียกนางมารีย์ว่าเป็น "มารดา" ของพระองค์เนื่องจากพระเยซูทรงเป็นพระบุตรของพระเจ้า จึงไม่มีมนุษย์คนใดให้กำเนิดกับพระองค์ได้และพระองค์ไม่มีมารดา

เหตุผลที่พระเยซูตรัสว่า "จงดูมารดาของท่านเถิด" ก็เพราะว่ายอห์นต้องปรนนิบัตินางมารีย์ดุจดังมารดาของตน จากเวลานั้นเป็นต้นมายอห์นได้รับนางมารีย์มาไว้ในบ้านของตนและปรนนิบัติเธอเหมือนมารดาของท่าน

หลังจากการเป็นขึ้นมาและการเสด็จขึ้นสู่สวรรค์ของพระเยซูยอห์นประกาศพระกิตติคุณของพระเยซูคริสต์อย่างขยันหมั่นเพียรพร้อมกับอัครทูตคนอื่น ๆ ท่ามกลางการข่มขู่คุกคามอย่างต่อเนื่องของพวกยิว การประกาศพระกิตติคุณอย่างร้อนรนของคนเหล่านี้ส่งผลให้เกิดการฟื้นฟูอย่างยิ่งใหญ่ในคริสตจักรยุคแรก แต่ในเวลาเดียวกันอัครทูตเหล่านั้นก็พบกับการกดขี่ข่มเหงอย่างไม่หยุดหย่อน

อัครทูตยอห์นถูกดำเนินคดีในสภาของชาวยิวและถูกลงโทษด้วยการจุ่มลงในหม้อต้มน้ำมันโดยคำสั่งของจักรพรรดิโดมิเชียนของโรม แต่ด้วยฤทธิ์อำนาจและการจัดเตรียมของพระเจ้ายอห์นไม่ได้รับอันตรายใด ๆ ต่อมาท่านถูกจักรพรรดิเนรเทศไปอยู่ที่เกาะปัทมอสของกรีกในทะเลเมดิเตอเรเนียน ที่นั่นยอห์นใช้เวลาติดต่อสื่อสารกับพระเจ้าด้วยการอธิษฐานและด้วยการดลใจของพระวิญญาณบริสุทธิ์พร้อมทั้งการชี้นำของเหล่าทูตสวรรค์ ยอห์นมองเห็นนิมิตอย่างลึกซึ้งและบันทึกวิวรณ์ของพระเยซูคริสต์เอาไว้

วิวรณ์ของพระเยซูคริสต์ซึ่งพระเจ้าได้ทรงประทานแก่พระองค์เพื่อชี้แจงให้ผู้รับใช้ทั้งหลายของพระองค์รู้ว่าอะไรจะต้องอุบัติขึ้นในไม่ช้า และพระองค์ได้ทรงใช้ทูตสวรรค์ไปสำแดงแก่ยอห์นผู้รับใช้ของพระองค์ (วิวรณ์ 1:1)

ด้วยการดลใจของพระวิญญาณบริสุทธิ์ อัครทูตยอห์นได้บันทึกถึงสิ่งสารพัดที่จะบังเกิดขึ้นในวาระสุดท้ายโดยละเอียดเพื่อผู้คนจะต้

อนรับเอาพระเยซูคริสต์เป็นพระผู้ช่วยให้รอดของตนและเตรียมพร้อมสำหรับการเสด็จมาครั้งที่สองของพระองค์ในฐานะจอมกษัตริย์เหนือกษัตริย์ทั้งหลายและองค์พระผู้เป็นเจ้าเหนือเจ้าทั้งหลาย

สมาชิกของคริสตจักรยุคแรกยึดมั่นในความเชื่อของตนอย่างเหนียวแน่น

เมื่อพระเยซูผู้คืนพระชนม์เสด็จขึ้นสู่สวรรค์ พระองค์ทรงสัญญากับเหล่าสาวกว่าพระองค์จะเสด็จกลับมาอีกครั้งหนึ่งในลักษณะเดียวกันกับที่เขาเห็นพระองค์เสด็จไปสู่สวรรค์

ผู้เป็นพยานถึงการเป็นขึ้นมาและการเสด็จขึ้นสู่สวรรค์ของพระเยซูจำนวนมากรู้ว่าเขาจะเป็นขึ้นมาและไม่กลัวความตายอีกต่อไป เพราะเหตุนี้คนเหล่านั้นจึงสามารถดำเนินชีวิตในฐานะพยานของพระองค์ในท่ามกลางการคุกคามและการกดขี่ข่มเหงของผู้ปกครองบ้านเมืองของโลก บ่อยครั้งการข่มเหงที่เกิดขึ้นมักนำไปสู่การเสียชีวิต สาวกกลุ่มแรกของพระเยซูและผู้เชื่ออีกจำนวนนับไม่ถ้วนกลายเป็นเหยื่อของสิงโตในสนามต่อสู้ที่กรุงโรม ถูกตัดศีรษะ ถูกตรึงและถูกเผาเป็นเถ้าถ่าน แต่คนเหล่านั้นได้ยึดมั่นในความเชื่อของตนในพระเยซูคริสต์อย่างเหนียวแน่น

เมื่อการข่มเหงคริสเตียนทวีความรุนแรงมากยิ่งขึ้น สมาชิกของคริสตจักรในยุคแรกจึงซ่อนตัวอยู่ตามอุโมงค์ใต้ดินซึ่งเป็นที่รู้จักในชื่อของ “ห้องสุสานใต้ดิน” ชีวิตของคนเหล่านั้นอยู่ในความทุกข์ระทมเสมือนหนึ่งว่าตนไม่ได้มีชีวิตอยู่อย่างแท้จริง แต่เพราะคนเหล่านั้นรักองค์พระผู้เป็นเจ้าอย่างลึกซึ้งและอย่างแรงกล้า ผู้เชื่อเหล่านั้นจึงไม่กลัวความยากลำบากและความทุกข์ทรมานรูปแบบใดเลย

ก่อนที่คริสต์ศาสนาจะได้รับการยอมรับให้เป็นศาสนาประจำจั

กรภพโรมอย่างเป็นทางการ การกดขี่ห่มเหงคริสเตียนดำเนินไปอย่างรุนแรงและโหดเหี้ยมจนเหนือคำบรรยาย คริสเตียนถูกเพิกถอนความเป็นพลเมืองของตน พระคัมภีร์และคริสตจักรถูกเผา และผู้นำและผู้ทำการของคริสตจักรถูกจับกุม ถูกทรมานอย่างโหดเหี้ยม และถูกประหารชีวิต

โพลิขาร์ปแห่งคริสตจักรสเมอร์นาในเอเชียน้อยมีสามัคคีธรรมอย่างใกล้ชิดกับอัครทูตยอห์น ท่านเป็นบิชอปที่อุทิศตน เมื่อโพลิขาร์ปถูกเจ้าหน้าที่โรมจับกุมและยืนอยู่ต่อหน้าผู้ว่าราชการเมือง ความเชื่อท่านไม่ได้หวั่นไหว

“เราไม่อยากขัดแย้งกับท่าน จงสั่งให้ฆ่าคริสเตียนเหล่านั้นเสียและจงแช่งสาปพระคริสต์แล้วเราจะปล่อยท่านให้เป็นอิสระ”

“ข้าพเจ้าเป็นผู้รับใช้ของพระคริสต์มาเป็นเวลาถึง 86 ปีและพระองค์ไม่เคยทำให้ข้าพเจ้าผิดหวังเลย ข้าพเจ้าจะแช่งด่าจอมกษัตริย์ที่ข้าพเจ้าปรนนิบัติได้อย่างไร”

เจ้าหน้าที่เหล่านั้นพยายามเผาท่านให้ตายทั้งเป็นแต่เนื่องจากเปลวไฟไม่ลุกไหม้ บิชอปโพลิขาร์ปแห่งสเมอร์นาจึงสละชีพเพื่อความเชื่อหลังจากท่านถูกเจ้าหน้าที่แทงจนเสียชีวิต เมื่อคริสเตียนคนอื่นเห็นและได้ยินถึงความแน่วแน่ในความเชื่อของโพลิขาร์ปและการสละชีพเพื่อความเชื่อของท่าน คนเหล่านั้นจึงเข้าใจถึงความรักของพระเยซูคริสต์มากยิ่งขึ้นและผู้เชื่อเหล่านั้นตัดสินใจเลือกเส้นทางของการเป็นผู้สละชีพเพื่อความเชื่อ

ท่านชนชาติอิสราเอล ซึ่งท่านหวังแก่คนเหล่านี้ จงระวังตัวให้ดีเมื่อคราวก่อนมีคนหนึ่งชื่อธุดาสอวดตัวว่าเป็นผู้วิเศษ มีผู้คนติดตามประมาณสี่ร้อย แต่ธุดาสถูกฆ่าเสีย คนที่เป็นพรรคพวกก็กระจัดกระจายสาปสูญไป ภายหลังผู้นี้มีอีกคนหนึ่งชื่อยูดาสเป็น

ชาวกาลิลีได้ปรากฏขึ้นในคราวจดบัญชีสำมะโนครัวและได้เกลียกล่อมผู้คนให้ติดตามตัวไป ผู้นั้นก็พินาศด้วย คนที่เป็นพรรคพวกก็กระจัดกระจายไป ในกรณีนี้ข้าพเจ้าจึงว่าแก่ท่านทั้งหลายว่าจงปล่อยคนเหล่านี้ไปตามเรื่อง อย่าทำอะไรแก่เขาเลยเพราะว่าถ้าความคิดหรือกิจการนี้มาจากมนุษย์ก็จะล้มละลายไปเอง แต่ถ้ามาจากพระเจ้า ท่านทั้งหลายจะทำลายเสียก็ไม่ได้เกลือกว่าท่านกลับจะเป็นผู้สู้รบกับพระเจ้า (กิจการ 5:35-39)

ไม่มีผู้ใดสามารถคว่ำพระกิตติคุณของพระเยซูคริสต์ซึ่งมาจากพระเจ้าลงได้เหมือนดังที่กามาลิเอลกล่าวเตือนสติชนชาติอิสราเอลในพระคัมภีร์ข้อนี้ ในที่สุด ในปี ค.ศ. 313 จักรพรรดิคอนสแตนตินทรงยอมรับให้คริสต์ศาสนาเป็นศาสนาประจำจักรภพโรมและพระกิตติคุณของพระเยซูคริสต์จึงถูกประกาศออกไปทั่วโลก

คำพยานเรื่องพระเยซูตามที่บันทึกไว้ในรายงานของปีลาต

ในบรรดาเอกสารทางประวัติศาสตร์ที่ค้นพบนับจากสมัยของจักรภพโรมมีเอกสารชิ้นหนึ่งที่ปอนทิอัส ปีลาต (ผู้ว่าราชการแคว้นยูเดียในสมัยของพระเยซู) เขียนขึ้นเพื่อส่งไปยังจักรพรรดิเกี่ยวกับการเป็นขึ้นมาจากความตายของพระเยซู

ต่อไปนี้เป็นข้อความบางตอนเกี่ยวกับเหตุการณ์ของการเป็นขึ้นมาจากความตายของพระเยซูที่คัดมาจาก “รายงานการจับกุม การไต่สวน และการตรึงพระเยซูตามที่บันทึกไว้ในรายงานของปีลาตที่ส่งไปยังจักรพรรดิซีซาร์” ที่เก็บรักษาไว้ในมหาวิหารเฮเกียโซเฟียในกรุงอิสตัลบุลประเทศตุรกี

สองสามวันหลังจากมีการค้นพบว่าอุโมงค์ว่างเปล่า เหล่าสาวกข

องพระเยซูจึงป่าวประกาศออกไปทั่วประเทศว่าพระเยซูเป็นขึ้นมาจากความตายเหมือนที่พระองค์ทำนายไว้ ข่าวนี้ตื่นเต้นมากกว่าข่าวเรื่องการตรึงบนกางเขนเสียอีก แม้ข้าพระบาทไม่อาจยืนยันถึงความจริงของเรื่องนี้ได้แต่ข้าพระบาทก็ดำเนินการสอบสวนเกี่ยวกับเรื่องนี้เพื่อฝ่าพระบาทจะตรวจสอบเรื่องนี้ด้วยพระองค์เองและเพื่อวินิจฉัยว่ารายงานของข้าพระบาทผิดพลาดบกพร่องเหมือนที่เฮโรดนำเสนอหรือไม่

โยเซฟฝังพระเยซูไว้ในอุโมงค์ของตน ข้าพระบาทไม่อาจบอกได้ว่าเขาไตร่ตรองหรือคิดวางแผนเกี่ยวกับการเป็นขึ้นมาหรือไม่ หนึ่งวันหลังจากพระเยซูถูกฝังมีปุโรหิตคนหนึ่งเดินทางมายังศาลปรีโทเรียมพร้อมกับรายงานว่าเขาทราบว่าพวกสาวกของพระเยซูมีเจตนาที่จะขโมยพระศพของพระเยซูและนำไปซ่อนไว้ จากนั้นสาวกเหล่านี้จะทำให้ดูเหมือนว่าพระเยซูเป็นขึ้นมาจากความตายเหมือนที่พระองค์เคยทำนายไว้ซึ่งพวกสาวกเชื่อในเรื่องนี้อย่างหนักแน่น

ข้าพระบาทจึงส่งปุโรหิตคนนั้นไปหามอลคัส (นายทหารองค์รักษ์) เพื่อบอกให้เขาจัดวางกำลังทหารชาวยิวไว้รอบอุโมงค์ให้มีจำนวนมากที่สุดเท่าที่เขาเห็นว่าจำเป็น เพื่อว่าถ้ามีสิ่งใดเกิดขึ้นคนเหล่านั้นจะได้ตำหนิตนเองแทนการตำหนิชาวโรมัน

เมื่อความตื่นเต้นในเรื่องอุโมงค์ว่างเปล่าเพิ่มมากขึ้น ข้าพระบาทเริ่มรู้สึกกังวลใจมากยิ่งขึ้น ข้าพระบาทจึงส่งคนไปตามตัวชายคนหนึ่งชื่ออิสลัมซึ่งอยู่ในเหตุการณ์เพื่อให้มาพบข้าพระบาทและเพื่อให้เขาเล่าสถานการณ์ต่อไปนี้ให้ข้าพระบาทฟังอย่างละเอียด ทหารยามเหล่านั้นมองเห็นแสงสว่างอันงดงามและละมุนละไมส่องอยู่เหนือ

อุโมงค์ ครั้งแรกเขาคิดว่าเป็นพวกผู้หญิงที่นำน้ำมันมาอาบพระศพของพระเยซูตามธรรมเนียมของเขา แต่ทหารเหล่านั้นคิดไม่ออกว่าพวกผู้หญิงเดินผ่านทหารยามเข้าไปได้อย่างไร ในขณะที่เขากำลังคิดถึงเรื่องนี้อยู่นั้น ดูเถิด สถานที่แห่งนั้นก็สว่างเจิดจ้าและดูคล้ายกับว่ามีศพของคนตายจำนวนมากที่อยู่ในชุดคลุมศพปรากฏอยู่ที่นั่น

ดูเหมือนว่าศพเหล่านั้นกำลังโห่ร้องและเต็มไปด้วยความปีติยินดีในขณะที่พื้นที่โดยรอบบริเวณนั้นเต็มไปด้วยเสียงดนตรีอันไพเราะที่เขาไม่เคยได้ยินมาก่อนและดูเหมือนว่าย่านฟ้าอากาศทั้งหมดเต็มไปด้วยเสียงแห่งการยกย่องสรรเสริญพระเจ้า ทหารเหล่านั้นรู้สึกเหมือนว่าแผ่นดินโลกกำลังหมุนเคว้งและน่าวิงเวียนศีรษะจนทำให้เขาคลื่นเหียนและหน้ามืดเป็นลม ทหารคนนั้นบอกว่าเขารู้สึกเสมือนหนึ่งว่าแผ่นดินที่เขายืนอยู่นั้นกำลังลื่นไหลและเขาหมดสติไปจนไม่รู้ว่าเกิดอะไรขึ้นบ้าง

มัทธิว 27:51-53 ระบุว่า “แผ่นดินก็ไหว ศิลาก็แตกออกจากกัน อุโมงค์ฝังศพก็เปิดออก ศพของธรรมิกชนหลายคนที่ล่วงหลับไปแล้วได้เป็นขึ้นมา” ทหารโรมที่เฝ้ายามเป็นพยานถึงเหตุการณ์ที่คล้ายคลึงกัน

หลังจากบันทึกคำพยานของทหารโรมผู้เห็นปรากฏการณ์ฝ่ายวิญญาณที่เกิดขึ้น ปีลาตจึงกล่าวในตอนท้ายรายงานของท่านว่า “ข้าพระบาทเกือบจะพูดว่า ‘แท้จริงท่านผู้นี้เป็นพระบุตรของพระเจ้า’”

พยานขององค์พระเยซูคริสต์จำนวนนับไม่ถ้วน

ผู้คนที่เป็นพยานถึงพระกิตติคุณของพระเยซูคริสต์ไม่ได้มีเพียงสาวกของพระเยซูที่รับใช้พระองค์ในช่วงการทำพันธกิจของพระองค์บนโลกนี้เท่านั้น ยอห์น 14:13 กล่าวว่า "สิ่งใดที่ท่านทั้งหลายจะขอในนามของเรา เราจะกระทำสิ่งนั้น เพื่อว่าพระบิดาจะทรงได้รับเกียรติอันยิ่งใหญ่ทางพระบุตร" มีพยานอีกจำนวนนับไม่ถ้วนที่ได้รับคำตอบต่อคำอธิษฐานของตนและเป็นพยานยืนยันถึงพระเจ้าผู้ทรงพระชนม์อยู่และองค์พระเยซูคริสต์นับตั้งแต่การเป็นขึ้นมาและการเสด็จขึ้นสู่สวรรค์ของพระองค์

แต่ท่านทั้งหลายจะได้รับพระราชทานฤทธิ์เดชเมื่อพระวิญญาณบริสุทธิ์จะเสด็จมาเหนือท่านและท่านทั้งหลายจะเป็นพยานฝ่ายเราในกรุงเยรูซาเล็มทั่วแคว้นยูเดีย แคว้นสะมาเรีย และจนถึงที่สุดปลายแผ่นดินโลก" (กิจการ 1:8)

ข้าพเจ้าต้อนรับเอาองค์พระผู้เป็นเจ้าหลังจากได้รับการรักษาให้หายจากโรคภัยทั้งสิ้นของข้าพเจ้าด้วยฤทธิ์อำนาจของพระเจ้าซึ่งวิทยาศาสตร์การแพทย์ไม่สามารถรักษาโรคเหล่านี้ได้ ต่อมาข้าพเจ้าได้รับการเจิมตั้งให้เป็นผู้รับใช้ขององค์พระเยซูคริสต์และประกาศพระกิตติคุณกับมนุษย์ทุกคนพร้อมทั้งสำแดงหมายสำคัญและการอัศจรรย์มากมาย

ผู้คนจำนวนมากกลายมาเป็นบุตรของพระเจ้าด้วยการได้รับพระวิญญาณบริสุทธิ์และอุทิศชีวิตของตนให้กับการประกาศพระกิตติคุณของพระเยซูคริสต์ด้วยฤทธิ์อำนาจของพระวิญญาณบริสุทธิ์เหมือนที่ข้อพระคัมภีร์ข้างบนสัญญาไว้ พระกิตติคุณจึงแพร่กระจายออกไปทั่วโลกด้วยวิธีการเช่นนั้นและวันนี้ผู้คนจำนวนนับไม่ถ้วนกำลัง

พบกับพระเจ้าและต้อนรับเอาพระเยซูคริสต์

เจ้าทั้งหลายจงออกไปทั่วโลกประกาศข่าวประเสริฐแก่มนุษย์ทุกคน ผู้ใดเชื่อและรับบัพติศมาแล้วผู้นั้นจะรอด แต่ผู้ใดไม่เชื่อจะต้องปรับโทษ มีคนเชื่อที่ไหน หมายสำคัญเหล่านี้จะบังเกิดขึ้นที่นั่น คือเขาจะขับผีออกโดยนามของเรา เขาจะพูดภาษาแปลก ๆ เขาจะจับงูได้ ถ้าเขากินยาพิษอย่างใดจะไม่เป็นอันตรายแก่เขาและเขาจะวางมือบนคนไข้ คนป่วยแล้วคนเหล่านั้นจะหายโรค

(มาระโก 16:15-18)

คริสตจักร ณ สุสานอันศักดิ์สิทธิ์ซึ่งตั้งอยู่ที่โกละโกธาเนินเขาแห่งไม้กางเขนในกรุงเยรูซาเล็ม

บทที่ 2
พระเมสสิยาห์ที่พระเจ้าทรงส่งมา

พระสัญญาเกียวกับพระเมสสิยาห์

อิสราเอลสูญเสียอธิปไตยของตนอยู่บ่อยครั้งและต้องทนทุกข์กับการถูกโจมตีและการปกครองของชนต่างชาติอย่างอาณาจักรเปอร์เซียและอาณาจักรโรม พระเจ้าทรงมอบพระสัญญาเกียวกับพระเมสสิยาห์ผู้ซึงจะเสด็จมาในฐานะกษัตริย์ของอิสราเอล ไม่มีแหล่งแห่งความหวังใดสำหรับคนอิสราเอลทีกำลังประสบกับความยากลำบากจะยิงใหญ่ไปกว่าพระสัญญาของพระเจ้าเกียวกับพระเมสสิยาห์

ด้วยมีเด็กคนหนึ่งเกิดมาเพื่อเรา มีบุตรชายคนหนึงประทานมาให้เรา และการปกครองจะอยู่ทีบ่าของท่านและท่านจะเรียกนามของท่านว่า “ทีปรึกษามหัศจรรย์ พระเจ้าผู้ทรงมหิทธิฤทธิ์ พระบิดานิรันดร์ องค์สันติราช” เพือการปกครองของท่านจะเพิ่มพูนยิงขึ้นและสันติภาพจะไม่มีทีสินสุดเหนือพระทีนังของดาวิดและเหนือราชอาณาจักรของพระองค์ ทีจะสถาปนาไว้และเชิดชูไว้ด้วยความยุติธรรมและด้วยความชอบธรรมตังแต่บัดนีเป็นต้นไปจนนิรันดรกาล ความกระตือรือร้นของพระเจ้าจอมโยธาจะกระทำการนี (อิสยาห์ 9:6-7)

“พระเจ้าตรัสว่า ดูเถิด วันเวลาจะมาถึงเมือเราจะเพาะอังกูรชอบธรรมให้ดาวิดและท่านจะทรงครอบครองเป็นกษัตริย์และกระทำกิจอย่างเฉลียวฉลาดและจะทรงประทานความยุติธรรมและความชอบธรรมในแผ่นดินนัน ในสมัยของท่านยูดาห์จะรอดได้และอิสราเอลจะอาศัยอยู่อย่างมันคงและนีจะเป็นนามซึงเราจะเรียกท่าน คือ ‘พระเจ้าเป็นความชอบธรรมของเรา’” (เยเรมีย์ 23:5-6)

ธิดาแห่งศิโยนเอ๋ย จงร่าเริงอย่างยิ่งเถิด โอ บุตรีแห่งเยรูซาเล็มเอ๋ย จงโห่ร้อง ดูเถิด

กษัตริย์ของเธอเสด็จมาหาเธอ ทรงความยุติธรรมและความรอด พระองค์ทรงอ่อนสุภาพและทรงลา ทรงลูกลา เราจะกำจัดรถรบเสียจากเอฟราอิมและม้าเสียจากเยรูซาเล็ม ธนูสงครามถูกกำจัดเสียด้วย และท่านจะบัญชาสันติให้มีแก่ประชาชาติทั้งหลาย อาณาจักรของท่านจะมีจากทะเลนี้ไปถึงทะเลโน้นและจากแม่น้ำนั้นไปถึงสุดปลายพิภพ (เศคาริยาห์ 9:9-10)

อิสราเอลเฝ้ารอคอยพระเมสสิยาห์อย่างต่อเนื่องมาจนถึงวันนี้ อะไรคือสิ่งที่ทำให้การเสด็จมาของพระเมสสิยาห์ที่อิสราเอลเฝ้ารอคอยและคาดหวังล่าช้า ชาวยิวหลายคนอยากทราบคำตอบต่อคำถามข้อนี้ คำตอบก็คือคนเหล่านี้ไม่รู้ว่าพระเมสสิยาห์ได้เสด็จมาแล้ว

พระเยซูคือพระเมสสิยาห์ผู้ทนทุกข์ตามที่อิสยาห์พยากรณ์ไว้

พระเมสสิยาห์ที่พระเจ้าทรงสัญญาไว้กับอิสราเอลซึ่งพระเจ้าทรงส่งมาคือพระเยซู พระเยซูทรงบังเกิดในหมู่บ้านเบธเลเฮมแคว้นยูเดียเมื่อสองพันปีที่แล้วและเมื่อถึงเวลาพระเยซูทรงสิ้นพระชนม์บนกางเขน เป็นขึ้นมา และเปิดหนทางแห่งความรอดให้กับมนุษยชาติ แต่ชาวยิวในสมัยของพระองค์กลับไม่ยอมรับว่าพระเยซูคือพระเมสสิยาห์ที่ตนเฝ้ารอคอย ทั้งนี้ก็เพราะพระเยซูมีลักษณะที่แตกต่างจากภาพลักษณ์ของพระเมสสิยาห์ที่คนเหล่านั้นคาดหวังไว้

ชาวยิวเหน็ดเหนื่อยกับช่วงเวลาอันยืดยาวของการตกอยู่ภายใต้การปกครองของต่างชาติและคาดหวังว่าพระเมสสิยาห์ผู้มีอำนาจจะปลดปล่อยตนให้พ้นจากการความขัดแย้งทางการเมือง คนเหล่านี้คิดว่าพระเมสสิยาห์จะเสด็จมาในฐานะกษัตริย์ของอิสราเอลกระทำให้สงครามทั้งสิ้นยุติลง ปลดปล่อยตนจากการถูกข่มเหงและการบีบคั้น มอบสันติภาพที่แท้จริงให้กับเขา และเชิดชูอิสราเอลไว้เหนือประชาชาติทั้งปวง

แต่พระเยซูไม่ได้เสด็จในโลกนี้ด้วยสง่าราศีและความรุ่งเรืองของผู้ที่เป็นกษัตริย์ แต่พระองค์ทรงบังเกิดเป็นบุตรของช่างไม้ที่ยาก

จน พระองค์ไม่ได้มาเพื่อปลดปล่อยอิสราเอลให้เป็นอิสระจากการกดขี่ของโรมหรือเพื่อรื้อฟื้นสง่าราศีดังเดิมของอิสราเอลขึ้นมาใหม่ พระองค์เสด็จมายังโลกนี้เพื่อรื้อฟื้นมนุษยชาติที่ต้องพินาศเนื่องจากความบาปของอาดัมและทำให้คนเหล่านี้เป็นบุตรของพระเจ้า

เพราะเหตุนี้ ชาวยิวจึงไม่ยอมรับว่าพระเยซูเป็นพระเมสสิยาห์ คนเหล่านั้นตรึงพระองค์บนไม้กางเขน แต่ถ้าเราศึกษาคุณลักษณะของเมสสิยาห์ที่พระคัมภีร์บันทึกไว้เราก็สามารถยืนยันถึงข้อเท็จจริงเพียงข้อเดียว นั่นคือ แท้จริงพระเมสสิยาห์คือพระเยซู

เพราะท่านได้เจริญขึ้นต่อพระพักตร์พระองค์อย่างต้นไม้อ่อนและเหมือนรากแตกหน่อมาจากพื้นดินแห้ง ท่านไม่มีรูปร่างหรือความสวยงามซึ่งเราทั้งหลายจะมองท่านและไม่มีความงามที่เราจะพึงปรารถนาท่าน ท่านได้ถูกมนุษย์ดูหมิ่นและทอดทิ้ง เป็นคนที่รับความเจ็บปวดและคุ้นเคยกับความเจ็บไข้และดังผู้หนึ่งซึ่งคนทนมองดูไม่ได้ ท่านถูกดูหมิ่นและเราทั้งหลายไม่ได้นับถือท่าน (อิสยาห์ 53:2-3)

พระเจ้าตรัสกับคนอิสราเอลว่าพระเมสสิยาห์กษัตริย์ของอิสราเอลไม่มีรูปร่างหน้าตาหรือความสวยงามที่ทำให้เราอยากมอง แต่พระองค์ทรงถูกมนุษย์ดูหมิ่นและถูกทอดทิ้ง ถึงกระนั้นชนชาติอิสราเอลก็ไม่รู้ว่าพระเยซูคือพระเมสสิยาห์ที่พระเจ้าทรงสัญญาไว้

พระองค์ทรงถูกชนชาติอิสราเอลที่พระเจ้าทรงเลือกดูหมิ่นและทอดทิ้ง แต่พระเจ้าทรงเชิดชูพระเยซูคริสต์ไว้เหนือประชาชาติทั้งหลายและผู้คนจำนวนนับไม่ถ้วนได้ต้อนรับเอาพระองค์เป็นพระผู้ช่วยให้รอดของตนจวบจนวันนี้

พระเยซูที่อิสราเอลทอดทิ้งทรงกระทำให้การจัดเตรียมในเรื่องความรอดของมนุษย์สำเร็จเป็นจริงเหมือนที่บันทึกไว้ในสดุดี 118:22-23 ว่า "ศิลาซึ่งช่างก่อได้ทอดทิ้งเสียได้เป็นศิลามุมเอกแล้ว การนี้เป็นมาจากพระเจ้า เป็นการมหัศจรรย์ประจักษ์ตาเรา"

พระเยซูไม่มีรูปร่างหน้าตาของพระเมสสิยาห์ที่ชนชาติอิสราเอลคาดหวังที่จะเห็น แต่เรารู้ว่าพระเยซูคือพระเมสสิยาห์ที่พระเจ้าได้

ทรงสัญญาไว้ผ่านทางผู้เผยพระวจนะของพระองค์

ทุกสิ่ง (ไม่ว่าจะเป็นสง่าราศี สันติสุข และการรื้อฟื้น) ที่พระเจ้าทรงสัญญาไว้กับเราผ่านทางพระเมสสิยาห์ล้วนเกี่ยวข้องกับมิติฝ่ายวิญญาณและพระเยซูผู้ซึ่งเสด็จเข้ามาในโลกนี้เพื่อทำให้ภารกิจของพระเมสสิยาห์สำเร็จตรัสว่า "ราชอำนาจของเรามิได้เป็นของโลกนี้" (ยอห์น 18:36)

พระเมสสิยาห์ที่พระเจ้าทรงพยากรณ์ถึงไม่ใช่กษัตริย์ที่มีราชอำนาจและสง่าราศีของโลกนี้ พระองค์ไม่ได้เสด็จเข้ามาในโลกนี้เพื่อทำให้บุตรของพระเจ้ามีความมั่งคั่งร่ำรวย ชื่อเสียง และเกียรติยศในชีวิตชั่วคราวบนโลกนี้ พระเมสสิยาห์เสด็จมาเพื่อช่วยประชากรของพระองค์ให้พ้นจากความบาปของเขาและนำคนเหล่านั้นไปสู่สง่าราศีและชีวิตนิรันดร์ในสวรรค์ตลอดนิรันดร์กาล

ในวันนั้น รากแห่งเจสซีซึ่งตั้งขึ้นเป็นเครื่องหมายแก่ชนชาติทั้งหลายจะ

เป็นที่แสวงหาของบรรดาประชาชาติและที่พำนักของท่านจะรุ่งโรจน์

(อิสยาห์ 11:10)

พระเมสสิยาห์ที่พระเจ้าทรงสัญญาไว้ไม่ได้เสด็จมาเพื่อชนชาติอิสราเอลที่พระเจ้าทรงเลือกเท่านั้น แต่พระองค์เสด็จมาเพื่อทำให้พระสัญญาเรื่องความรอดสำหรับทุกคนที่ยอมรับพระสัญญาของพระเจ้าในเรื่องพระเมสสิยาห์โดยความเชื่อตามแบบอย่างแห่งความเชื่อของอับราฮัมสำเร็จเป็นจริงด้วยเช่นกัน กล่าวโดยสรุปก็คือพระเมสสิยาห์เสด็จมาในฐานะพระผู้ช่วยให้รอดของทุกประชาชาติทั่วโลกเพื่อทำให้พระสัญญาของพระเจ้าในเรื่องความรอดสำเร็จเป็นจริง

มนุษย์ทุกคนต้องการพระผู้ช่วยให้รอด

เพราะเหตุใดพระเมสสิยาห์จึงไม่ได้เสด็จเข้ามาในโลกนี้เพื่อความรอดของชนชาติอิสราเอลแต่ผู้เดียวแต่เสด็จมาเพื่อความรอดของมนุษย์ทุกคนด้วย

พระเจ้าทรงอวยพรอาดัมและเอวาในปฐมกาล 1:28 โดยตรัสกับเขาว่า “จงมีลูกดกทวีมากขึ้นจนเต็มแผ่นดิน จงมีอำนาจเหนือแผ่นดิน จงครอบครองฝูงปลาในทะเลและฝูงนกในอากาศกับบรรดาสัตว์ที่เคลื่อนไหวบนแผ่นดิน”

หลังจากการทรงสร้างอาดัมและทรงแต่งตั้งให้เขาเป็นผู้ควบคุมดูแลเหนือสิ่งทรงสร้างทั้งปวงแล้ว พระเจ้าจึงทรงมอบสิทธิอำนาจให้อาดัม “มีอำนาจ” และ “ครอบครอง” เหนือแผ่นดินโลก แต่เมื่ออาดัมกินผลจากต้นไม้แห่งการสำนึกในความดีและความชั่วซึ่งพระเจ้าทรงห้ามไว้อย่างเจาะจงและทำบาปด้วยการไม่เชื่อฟังเมื่อถูกทดลองจากงูที่ซาตานใช้มา อาดัมจึงไม่สามารถชื่นชมกับสิทธิอำนาจดังกล่าวนั้นอีกต่อไป

เมื่ออาดัมและเอวาเชื่อฟังถ้อยคำแห่งความชอบธรรมของพระเจ้าทั้งสองก็เป็นทาสของความชอบธรรมและชื่นชมกับสิทธิอำนาจที่พระเจ้าทรงมอบให้ แต่หลังจากเขาทำบาปทั้งสองคนจึงตกเป็นทาสของความบาปและความชั่วร้ายพร้อมกับถูกบังคับให้คืนสิทธิอำนาจดังกล่าว (โรม 6:16) ดังนั้นสิทธิอำนาจทั้งสิ้นที่อาดัมได้รับจากพระเจ้าจึงถูกส่งมอบคืนให้กับผีมารซาตาน

ในลูกาบทที่ 4 ผีมารซาตานทดลองพระเยซู (ที่เพิ่งเสร็จสิ้นการอดอาหารเป็นเวลาสี่วัน) ถึงสามครั้ง ผีมารซาตานสำแดงให้พระเยซูเห็นถึงบรรดาราชอาณาจักรทั้งสิ้นของโลกและทูลกับพระองค์ว่า “อำนาจทั้งสิ้นนี้และศักดิ์ศรีของราชอาณาจักรนั้นเราจะยกให้แก่ท่านเพราะว่ามอบเป็นสิทธิ์ไว้แก่เราแล้วและเราปรารถนาจะให้แก่ผู้ใดก็จะให้แก่ผู้นั้น เหตุฉะนั้นถ้าท่านจะกราบนมัสการเรา สรรพสิ่งนั้นจะเป็นของท่านทั้งหมด” (ลูกา 4:6-7) มารบอกเป็นนัยว่าอาดัมได้ “ส่งมอบอำนาจทั้งสิ้นและศักดิ์ศรีของราชอาณาจักร” ให้กับมารแล้วและผีมารซาตานสามารถมอบสิ่งนี้ให้กับผู้ใดก็ได้เช่นกัน

ถูกต้องแล้วครับ อาดัมได้สูญเสียสิทธิอำนาจทั้งหมดและได้ส่งมอบสิทธิอำนาจดังกล่าวคืนให้กับผีมารซาตาน ผลลัพธ์ก็คืออา

ดัมตกเป็นทาสของผีมารซาตาน นับจากนั้นเป็นต้นมาอาดัมทำบาปเพิ่มมากขึ้นภายใต้การควบคุมของผีมารซาตานและเข้าไปสู่หนทางแห่งความตายซึ่งเป็นค่าจ้างของความบาป ผลลัพธ์นี้ไม่ได้หยุดอยู่ที่อาดัมเท่านั้นแต่ได้ส่งผลกระทบต่อเชื้อสายทั้งสิ้นของอาดัมซึ่งเป็นผู้ที่สืบทอดความบาปดั้งเดิมของท่านโดยทางพันธุกรรม เชื้อสายของอาดัมจึงตกอยู่ภายใต้อำนาจของความบาปถูกครอบครองโดยผีมารซาตาน และมุ่งหน้าสู่ความตาย

    เพราะเหตุนี้การเสด็จมาของพระเมสสิยาห์จึงมีความจำเป็น ไม่เพียงแต่ชนชาติอิสราเอลที่พระเจ้าทรงเลือกเท่านั้นที่ต้องการพระเมสสิยาห์ แต่มนุษย์ทุกคนในโลกต่างก็ต้องการพระเมสสิยาห์ผู้ซึ่งสามารถปลดปล่อยเขาให้พ้นจากอำนาจของผีมารซาตานด้วยเช่นกัน

คุณสมบัติของพระเมสสิยาห์

โลกนี้มีกฎเกณฑ์ฉันของตนใด มิติวิญญาณก็มีกฎเกณฑ์ของตนด้วยฉันนั้น การที่บุคคลจะพบกับความตายหรือได้รับการยกโทษบาปและไปถึงความรอดนั้นขึ้นอยู่กับกฎเกณฑ์ของมิติฝ่ายวิญญาณ

บุคคลต้องมีคุณสมบัติอะไรบ้างเพื่อทำให้เขาเป็นพระเมสสิยาห์ซึ่งจะช่วยมนุษย์ทุกคนให้พ้นจากคำแช่งสาปของธรรมบัญญัติ

ข้อกำหนดเกี่ยวกับคุณสมบัติของพระเมสสิยาห์ปรากฏอยู่ในกฎเกณฑ์ที่พระเจ้าทรงมอบให้กับชนชาติที่พระองค์ทรงเลือก กฎเกณฑ์ดังกล่าวนี้เกี่ยวข้องกับการไถ่ถอนที่ดิน

เจ้าทั้งหลายจะขายที่ดินของเจ้าให้ขาดไม่ได้เพราะว่าที่ดินนั้นเป็นของเราเพราะเจ้าเป็นคนแขกเมืองและเป็นคนอาศัยอยู่กับเรา ทั่วไปในแผ่นดินที่เจ้ายึดถืออยู่เจ้าจงให้มีการไถ่ถอนที่ดินคืน ถ้าพี่น้องของเจ้ายากจนลงและขายที่ดินส่วนหนึ่งของเขา ให้ญาติสนิทถัดเขาไปมาไถ่ถอนนาที่พี่น้องของเขาขายให้นั้น (เลวีนิติ 25:23-25)

กฎหมายการไถ่ถอนที่ดินซุกซ่อนความลับเกี่ยวกับคุณสมบัติของพระเมสสิยาห์เอาไว้

อิสราเอลชนชาติที่พระเจ้าทรงเลือกสรรเป็นผู้ที่ปฏิบัติตามกฎบัญญัติของพระองค์ ดังนั้นในการซื้อขายที่ดินคนเหล่านี้จะทำตามกฎหมายการไถ่ถอนที่ดินที่บันทึกไว้ในพระคัมภีร์อย่างเคร่งครัด กฎหมายเกี่ยวกับที่ดินของอิสราเอลแตกต่างจากของประเทศอื่นเพราะก

ฎหมายของประเทศนี้ระบุไว้ในสัญญาอย่างชัดเจนว่าที่ดินต้องไม่ถูกขายขาดแต่ต้องให้มีการไถ่ถอนที่ดินนั้นกลับคืนมาในภายหลัง กฎหมายนี้กำหนดไว้ว่าญาติสนิทที่ร่ำรวยสามารถไถ่ถอนที่ดินคืนให้กับญาติพี่น้องที่ขายที่ดินผืนนั้นได้ ถ้าคนที่ขายที่ดินไม่มีญาติสนิทที่ร่ำรวยพอที่จะไถ่ถอนที่ดินคืนให้กับตน แต่ต่อมาถ้าเขามีทรัพย์สินเงินทองมากพอที่จะไถ่ถอนที่ดินนั้นคืน กฎหมายข้อนี้อนุญาตให้เจ้าของเดิมสามารถไถ่ถอนที่ดินดังกล่าวคืนให้กับตนเองได้

กฎหมายการไถ่ถอนที่ดินในเลวีนิติเกี่ยวข้องกับคุณสมบัติของพระเมสสิยาห์อย่างไร

เพื่อจะเข้าใจเรื่องนี้ชัดเจนยิ่งขึ้นเราต้องระลึกถึงข้อเท็จจริงที่ว่ามนุษย์ถูกสร้างขึ้นมาจากผงคลีดิน พระเจ้าตรัสกับอาดัมในปฐมกาล 3:19 ว่า “เจ้าจะต้องหากินด้วยเหงื่ออาบหน้าจนเจ้ากลับเป็นดินไป เพราะเราสร้างเจ้ามาจากดิน เจ้าเป็นผงคลีดินและจะต้องกลับเป็นผงคลีดินดังเดิม” และปฐมกาล 3:23 กล่าวว่า “เพราะเหตุนั้นพระเจ้าจึงทรงขับไล่เขาออกไปจากสวนเอเดนให้ไปทำไร่ทำสวนในที่ดินที่ตัวถือกำเนิดมานั้น”

พระเจ้าตรัสกับอาดัมว่า “เพราะเจ้าเป็นแต่ผงคลีดิน” คำว่า “ที่ดิน” ในฝ่ายวิญญาณเป็นสัญลักษณ์ว่ามนุษย์ถูกสร้างขึ้นมาจากดิน ดังนั้นกฎหมายการไถ่ถอนที่ดิน (ซึ่งเกี่ยวข้องกับการซื้อขายที่ดิน) จึงเชื่อมโยงโดยตรงกับกฎเกณฑ์ของมิติฝ่ายวิญญาณที่เกี่ยวกับความรอดของมนุษย์

กฎหมายการไถ่ถอนที่ดินถือว่าพระเจ้าทรงเป็นเจ้าของที่ดินทั้งหมดและไม่มีมนุษย์คนใดสามารถขายที่ดินดังกล่าวไปอย่างถาวรได้ ในทำนองเดียวกัน สิทธิอำนาจทั้งสิ้นที่อาดัมได้รับจากพระเจ้าครั้งแรกเป็นของพระเจ้าและไม่มีใครสามารถขายสิทธิอำนาจนั้นไปอย่างถาวรได้ ถ้าคนหนึ่งยากจนและขายที่ดินของตนไป ที่ดินผืนนั้นต้อง

ถูกไถ่ถอนกลับคืนมาเมื่อบุคคลที่มีคุณสมบัติเหมาะสมปรากฏตัวขึ้น เช่นเดียวกัน ผีมารซาตานต้องส่งคืนสิทธิอำนาจที่ตนได้รับจากอาดัมเมื่อบุคคลที่สามารถไถ่ถอนสิทธิอำนาจนั้นปรากฏตัวขึ้น

พระเจ้าแห่งความรักและความยุติธรรมทรงเตรียมบุคคลผู้หนึ่งเอาไว้บนพื้นฐานของกฎหมายการไถ่ถอนที่ดินซึ่งเป็นผู้ที่สามารถทวงคืนสิทธิอำนาจที่อาดัมส่งมอบให้กับผีมารซาตานกลับคืนมา บุคคลผู้นั้นคือพระเมสสิยาห์และพระเมสสิยาห์คือพระเยซูคริสต์ซึ่งพระเจ้าทรงเตรียมไว้ตั้งแต่นิรันดร์กาลและพระองค์เป็นผู้ที่พระเจ้าทรงส่งมา

คุณสมบัติของพระผู้ช่วยให้รอดและความสำเร็จตามคุณสมบัติเหล่านั้นในพระเยซูคริสต์

ขอให้เราสำรวจดูว่าเพราะเหตุใดพระเยซูจึงเป็นพระเมสสิยาห์และพระผู้ช่วยให้รอดของมนุษย์บนพื้นฐานของของกฎหมายการไถ่ถอนที่ดิน

ประการแรก ผู้ไถ่ถอนที่ดินต้องเป็นญาติสนิทของคนที่ขายที่ดินไปฉันใด พระผู้ช่วยให้รอดของมนุษย์ต้องเป็น "ญาติสนิทของมนุษย์" ลูกหลานของอาดัมด้วยฉันนั้น พระผู้ช่วยให้รอดต้องเป็นบุคคลที่ไถ่ถอนมนุษย์ให้พ้นจากความบาปของตนเพราะมนุษย์ทุกคนเป็นคนบาปโดยทางอาดัม เลวีนิติ 25:25 บอกเราว่า "ถ้าพี่น้องของเจ้ายากจนลงและขายที่ดินส่วนหนึ่งของเขา ให้ญาติสนิทถัดเขาไปมาไถ่ถอนนาที่พี่น้องของเขาขายให้นั้น" ถ้าคนหนึ่งไม่สามารถเก็บรักษาที่ดินของตนเอาไว้และขายที่ดินนั้นไป ญาติสนิทของบุคคลนั้นสามารถซื้อที่ดินดังกล่าวกลับคืนมาได้ เนื่องจากอาดัมทำบาปและต้องส่งมอบสิทธิอำนาจที่ตนได้รับจากพระเจ้าให้กับผีมา

รซาตาน การไถ่ถอนสิทธิอำนาจนั้นกลับคืนมาจะกระทำให้สำเร็จไ
ด้โดยบุคคลซึ่งเป็น “ญาติสนิทของอาดัม” เช่นกัน

1 โครินธ์ 15:21 กล่าวว่า “เพราะว่าความตายได้อุบัติขึ้นเพราะ
มนุษย์คนหนึ่งเป็นเหตุฉันใด การเป็นขึ้นมาจากความตายก็ได้อุบัติ
ขึ้นเพราะมนุษย์ผู้หนึ่งเป็นเหตุฉันนั้น” พระคัมภีร์ยืนยันกับเราว่ากา
รไถ่คนบาปจะสำเร็จได้ไม่ใช่โดยทูตสวรรค์หรือสัตว์เดียรัจฉานแต่
จะสำเร็จได้โดยมนุษย์เท่านั้น มนุษย์เข้าไปสู่หนทางแห่งความตายเ
พราะเหตุความผิดบาปของอาดัมผู้เป็นคนแรก ดังนั้นต้องมีใครบาง
คนไถ่มนุษย์ให้พ้นจากความบาปของตน บุคคลเดียวที่สามารถกระ
ทำได้ก็คือ “ญาติสนิท” ของอาดัมนั่นเอง

แม้พระเยซูทรงมีธรรมชาติของมนุษย์และธรรมชาติของพระเจ้
าในฐานะพระบุตรของพระเจ้า แต่พระองค์ทรงถือกำเนิดเป็นมนุษ
ย์เพื่อไถ่มนุษย์ให้พ้นจากความบาปของตน (ยอห์น 1:14) และพระ
องค์ทรงมีพัฒนาการของมนุษย์ ในฐานะที่เป็นมนุษย์คนหนึ่งพระเย
ซูทรงบรรทมและทรงรู้สึกหิว กระหาย ชื่นชมยินดี และโศกเศร้า เมื
อพระองค์ทรงถูกตรึงบนไม้กางเขนพระเยซูทรงหลั่งพระโลหิตและ
สัมผัสถึงความเจ็บปวด

แม้แต่ในประวัติศาสตร์เองก็มีข้อพิสูจน์ที่ไม่มีใครปฏิเสธได้เ
กี่ยวกับการเสด็จมาเป็นมนุษย์ของพระเยซูในโลกนี้ การบังเกิดข
องพระเยซูกลายเป็นจุดอ้างอิงของประวัติศาสตร์โลกซึ่งถูกแยกอ
อกเป็นสองส่วน ได้แก่ “ก.ค.ศ.” และ “ค.ศ.” “ก.ค.ศ.” ย่อมาจาก
“ก่อนคริสตศักราช” หมายถึงช่วงเวลาก่อนการบังเกิดของพระเยซู
“ค.ศ.” ย่อมาจาก “คริสตศักราช” หมายถึงช่วงเวลานับตั้งแต่การบัง
เกิดของพระเยซูเป็นต้นมา ข้อเท็จจริงนี้ยืนยันว่าพระเยซูเสด็จมาใน
โลกนี้ในฐานะมนุษย์คนหนึ่ง ดังนั้นพระเยซูจึงมีคุณสมบัติครบตาม
เงื่อนไขข้อแรกของการเป็นพระผู้ช่วยให้รอด (ผู้ไถ่) เพราะพระอง

ค์เสด็จเข้ามาในโลกนี้ในฐานะมนุษย์

ประการที่สอง ผู้ไถ่ถอนที่ดินไม่สามารถไถ่ถอนที่ดินคืนได้ถ้าเขายากจนฉันใด ลูกหลานของอาดัมก็ไม่สามารถไถ่มนุษย์ให้พ้นจากบาปของตนได้ฉันนั้นเพราะอาดัมทำบาปและลูกหลานทั้งสิ้นของอาดัมถือบังเกิดมาพร้อมกับความบาปดั้งเดิม แม้บุคคลที่จะเป็นพระผู้ช่วยให้รอดของมนุษย์ต้องเป็นมนุษย์ (ญาติสนิทของอาดัม) แต่บุคคลนั้นต้องไม่ใช่ลูกหลานของอาดัม

ถ้าพี่ชายต้องการใช้หนี้แทนน้องสาวของตนพี่ชายคนนั้นต้องไม่มีหนี้สิน ในทำนองเดียวกัน บุคคลที่จะไถ่คนอื่นให้พ้นจากบาปของตนต้องเป็นคนที่ไม่มีบาป ถ้าผู้ไถ่เป็นคนบาปเขาก็ตกเป็นทาสของบาป แล้วเขาจะไถ่คนอื่นให้พ้นจากบาปได้อย่างไร

หลังจากอาดัมทำบาปด้วยการไม่เชื่อฟัง ลูกหลานทั้งสิ้นของท่านจึงถือกำเนิดมาพร้อมกับความบาปดั้งเดิม ดังนั้นจึงไม่มีลูกหลานคนใดของอาดัมจะสามารถเป็นพระผู้ช่วยให้รอดได้

ในฝ่ายเนื้อหนังพระเยซูทรงเป็นเชื้อสายของดาวิดโดยมีบิดาชื่อโยเซฟและมารดาชื่อมารีย์ อย่างไรก็ตาม มัทธิว 1:20 บอกเราว่า "เพราะว่าผู้ซึ่งปฏิสนธิในครรภ์ของเธอเป็นโดยเดชพระวิญญาณบริสุทธิ์"

เหตุผลที่มนุษย์ทุกคนถือกำเนิดมาพร้อมกับความบาปดั้งเดิมก็เพราะทุกคนสืบทอดเอาความบาปจากบิดามารดาของตนเองผ่านทางเชื้ออสุจิของบิดาและเซลล์สืบพันธุ์ของมารดา แต่พระเยซูไม่ได้บังเกิดจากเชื้ออสุจิของโยเซฟและเซลล์สืบพันธุ์ของมารีย์ พระองค์ทรงปฏิสนธิโดยฤทธิ์อำนาจของพระวิญญาณบริสุทธิ์ มารีย์ตั้งครรภ์ก่อนที่เธอร่วมหลับนอนกับโยเซฟ พระเจ้าผู้ยิ่งใหญ่ทรงกระทำให้บุตรชายคนนี้เกิดมาโดยฤทธิ์อำนาจของพระวิญญาณบริสุทธิ์โดยไม่มีการผสมพันธุ์กันของเชื้ออสุจิและเซลล์สืบพันธุ์ของมนุษย์เลย

พระเยซูเพียงแต่ “หยิบยืม” ร่างกายของมารีย์สาวพรหมจารี เนืองจากพระองค์ทรงปฏิสนธิโดยเดชของพระวิญญาณบริสุทธิ์พระเยซูจึงไม่ได้สืบทอดความบาปจากมนุษย์เอาไว้ เพราะพระเยซูไม่ใช่ลูกหลานของอาดัมและไม่มีความบาปดั้งเดิมพระองค์จึงมีคุณสมบัติครบถ้วนตามข้อกำหนดทีสองของการเป็นพระผู้ช่วยให้รอด

ประการทีสาม ผู้ไถ่ถอนทีดินต้องมีศักยภาพมากพอทีจะไถ่ถอนทีดินคืนฉันใด พระผู้ช่วยให้รอดของมนุษย์ต้องมีพลังอำนาจ (ความสามารถ) ทีจะเอาชนะผีมารซาตานและช่วยมนุษย์ให้พ้นจากผีมารได้ด้วยฉันนัน

เลวีนิติ 25:26-27 บอกเราว่า “ถ้าชายคนนันไม่มีญาติมาไถ่ถอนได้ แต่ต่อมาเขาเป็นคนมังมีและมีทรัพย์พอทีจะไถ่ถอนได้ ให้เขานับปีย้อนกลับไปถึงปีทีเขาขายให้แล้วจงนับเงินทีควรจ่ายกลับคืนนันให้แก่คนทีตนขายให้และตัวก็เข้าอยู่ในทีดินของเขาได้” กล่าวคือการทีบุคคลหนึงจะซือทีดินกลับคืนมาเป็นของตนได้นันเขาต้องมี “ปัจจัยทางการเงิน” ทีจะกระทำเช่นนัน

การทีบุคคลคนหนึงจะชิงเอาตัวนักโทษสงครามกลับมาได้บุคคลนันต้องมีพลังอำนาจทีจะเอาชนะศัตรูและการทีบุคคลหนึงจะใช้หนีแทนคนอืนได้นันเขาต้องมีปัจจัยทางด้านการเงินเช่นกันในทำนองเดียวกัน การทีจะปลดปล่อยมนุษย์ให้พ้นจากพลังอำนาจของมารซาตานได้นันพระผู้ช่วยให้รอด (ผู้ปลดปล่อย) ต้องมีฤทธิอำนาจมากพอทีจะเอาชนะมารเพือช่วยกู้มนุษย์จากมารซาตาน

ก่อนทำบาปอาดัมเคยมีอำนาจครอบครองเหนือสิงทรงสร้างทังปวง แต่หลังจากทำบาปอาดัมตกอยู่ภายใต้อำนาจของผีมารซาตานจากเรืองนีเราจึงพอสรุปได้ว่าพลังอำนาจทีจะเอาชนะผีมารซาตานเกิดจากการไม่มีบาป

พระเยซูพระบุตรของพระเจ้าทรงไม่มีบาป เพราะพระเยซูทรงป

ฏิสนธิโดยฤทธิ์อำนาจของพระวิญญาณบริสุทธิ์และไม่ใช่ลูกหลานของอาดัมพระองค์จึงไม่มีความบาปดั้งเดิม นอกจากนี้ เพราะพระองค์ทรงปฏิบัติตามกฎเกณฑ์ของพระเจ้าเพียงอย่างเดียวตลอดพระชนม์ชีพของพระองค์พระเยซูจึงไม่เคยกระทำบาป เพราะเหตุนี้อัครทูตเปโตรจึงกล่าวว่าพระเยซู "ไม่ได้ทรงกระทำบาปเลยและไม่ได้ตรัสคำเท็จเลย เมื่อเขากล่าวคำหยาบคายต่อพระองค์ พระองค์ไม่ได้ทรงกล่าวตอบเขาด้วยคำหยาบคายเลย เมื่อพระองค์ทรงทนทุกข์พระองค์ไม่ได้มาดร้าย แต่ทรงมอบเรื่องของพระองค์ไว้แก่พระเจ้าผู้ทรงพิพากษาอย่างยุติธรรม" (1 เปโตร 2:22-23)

เนื่องจากพระองค์ไม่มีบาปพระเยซูจึงมีพลังอำนาจและสิทธิอำนาจที่จะเอาชนะผีมารซาตานและมีฤทธิ์อำนาจที่จะช่วยมนุษย์ให้พ้นจากผีมารซาตานได้ การสำแดงหมายสำคัญและการอัศจรรย์จำนวนมากของพระเยซูยืนยันถึงความจริงข้อนี้ พระเยซูทรงรักษาคนป่วย ขับผีออก ทำให้คนตาบอดมองเห็น คนหูหนวกได้ยิน และคนง่อยเดินได้ พระองค์ทรงทำให้คลื่นลมในทะเลสงบนิ่งและทำให้คนตายเป็นขึ้นมา

การเป็นขึ้นมาจากความตายของพระองค์ยืนยันถึงข้อเท็จจริงที่ว่าพระเยซูทรงปราศจากความผิดบาปอย่างไม่ต้องสงสัย กฎของมิติฝ่ายวิญญาณกำหนดไว้ว่า "ค่าจ้างของความบาปคือความตาย" (โรม 6:23) แต่เพราะพระองค์ไม่มีบาปพระเยซูจึงไม่ตกอยู่ภายใต้อำนาจของความตาย พระเยซูทรงสิ้นพระชนม์บนไม้กางเขนและทรงถูกฝังไว้ในอุโมงค์ แต่ในวันที่สามพระองค์ทรงเป็นขึ้นมาจากความตาย

บรรพบุรุษแห่งความเชื่ออย่างเอโนคและเอลียาห์ถูกรับขึ้นไปยังฟ้าสวรรค์ในขณะที่มีชีวิตอยู่โดยไม่พบกับความตายเนื่องจากทั้งสองท่านไม่มีบาปและได้รับการชำระให้บริสุทธิ์อย่างครบถ้วน

พระเยซูก็เช่นเดียวกัน ในวันที่สามหลังจากที่พระองค์ทรงถูกฝัง ไว้ในอุโมงค์พระเยซูทรงทำลายสิทธิอำนาจของผีมารซาตานโดยการเป็นขึ้นมาของพระองค์และทรงเป็นพระผู้ช่วยให้รอดของมนุษย์ทั้งปวง

ประการที่สี่ ผู้ไถ่ถอนที่ดินต้องมีความรักเพื่อจะไถ่ถอนที่ดินคืนให้กับญาติของตนฉันใด พระผู้ช่วยให้รอดของมนุษย์ต้องมีความรักซึ่งจะทำให้พระองค์สละชีวิตของพระองค์เพื่อคนอื่นด้วยฉันนั้น

แม้พระผู้ช่วยให้รอดจะมีคุณสมบัติครบถ้วนตามข้อกำหนดทั้งสามข้อแรกที่กล่าวถึงเบื้องต้นแต่ไม่มีความรักพระองค์ก็ไม่สามารถเป็นพระผู้ช่วยให้รอดของมนุษย์ทั้งปวงได้ สมมติว่าน้องชายคนหนึ่งมีหนี้อยู่ 1 ล้านบาทและพี่ชายของเขาเป็นมหาเศรษฐี แต่เพราะพี่ชายคนนี้ไม่มีความรักเขาจึงไม่ยอมใช้หนี้ให้กับน้องชายของตน เงินจำนวนมหาศาลที่เขามีอยู่ก็ไร้ความหมายสำหรับน้องชายของตน

พระเยซูเสด็จเข้ามาในโลกนี้ในฐานะมนุษย์ พระองค์ไม่ใช่ลูกหลานของอาดัม และพระองค์ทรงมีอำนาจที่จะเอาชนะผีมารซาตานและช่วยมนุษย์ให้พ้นจากวิญญาณชั่วเพราะพระองค์ไม่มีบาป แต่ถ้าพระเยซูไม่มีความรักพระองค์ก็ไม่สามารถไถ่มนุษย์ให้พ้นจากบาปของตนได้ "การที่พระเยซูทรงไถ่มนุษย์ให้พ้นจากความบาป" หมายความว่าพระองค์ต้องรับเอาการลงโทษด้วยการตายแทนมนุษย์ เพื่อไถ่มนุษย์ให้พ้นจากความบาปของตนพระเยซูต้องถูกตรึงบนกางเขนในฐานะคนที่บาปหนาที่สุดในโลก ทรงทนทุกข์กับการถูกดูหมิ่นเหยียดหยาม และทรงหลั่งพระโลหิตทั้งสิ้นของพระองค์จนสิ้นพระชนม์ ความรักที่พระเยซูมีต่อมนุษย์ยิ่งใหญ่มากจนพระองค์ทรงพร้อมที่จะไถ่มนุษย์ให้พ้นจากความบาปของตนและพระองค์ไม่ได้ทรงวิตกกังวลกับการถูกลงโทษด้วยการตรึงบนไม้กางเขน

เพราะเหตุใดพระเยซูจึงถูกตรึงบนไม้กางเขนและทรงหลั งพระโลหิตของพระองค์จนสิ้นพระชนม์ เฉลยธรรมบัญญัติ 21:23 บอกเราว่า “ด้วยว่าผู้ที่ต้องถูกแขวนไว้บนต้นไม้ก็ต้องถูกสาปแช่งโดยพระเจ้า” กฎของมิติฝ่ายวิญญาณกำหนดไว้ว่า “ค่าจ้างของความบาปคือความตาย” พระเยซูทรงถูกตรึงบนไม้กางเ ขนเพื่อไถ่มนุษย์ทุกคนให้พ้นจากคำแช่งสาปของความบาปซึ่งตกอ ยู่กับมนุษย์ทุกคน

นอกจากนี้ เลวีนิติ 17:11 ระบุว่า “เพราะว่าชีวิตของเนื้อหนังอยู่ในเลือด เราได้ให้เลือดแก่เจ้าเพื่อใช้บนแท่น เพื่อจะทำการลบมลทิ นบาปแห่งวิญญาณจิตของเจ้า เพราะว่าโลหิตเป็นสิ่งที่ทำการลบมล ทินบาปด้วยชีวิตเป็นเหตุ” ถ้าไม่มีโลหิตไหลออกก็จะไม่มีการยกโท ษความผิดบาป

แน่นอน แม้เลวีนิติบอกเราว่ามนุษย์สามารถถวายยอดแป้งแด่พ ระเจ้าแทนการถวายเลือดของสัตว์ แต่การถวายยอดแป้งมีไว้สำหรั บผู้คนที่ไม่สามารถซื้อหาสัตว์มาถวายพระเจ้า การถวายยอดแป้งไ ม่ใช่การถวายเลือดที่พระเจ้าทรงโปรดปราน พระเยซูทรงไถ่เราให้พ้นจากความบาปด้วยการตรึงบนกางเขนและทรงหลั่งพระโลหิตจน สิ้นพระชนม์

ความรักของพระเยซูยิ่งใหญ่มากจนพระองค์ทรงหลั งพระโลหิตของพระองค์บนไม้กางเขนและทรงเปิดหน ทางแห่งความรอดให้กับผู้คนที่แช่งด่าและตรึงพระองค์ แม้พระองค์ทรงรักษาผู้คนให้หายจากโรคภัยนานาชนิด ทำลายบ่วงแร้วของความชั่วร้าย และทำเฉพาะสิ่งที่ดีงามก็ตาม

บนพื้นฐานของกฎหมายการไถ่ถอนที่ดินเราจึงสรุปว่าพระเยซูเ ท่านั้นที่มีคุณสมบัติครบถ้วนของการเป็นพระผู้ช่วยให้รอดซึ่งสามา รถไถ่มนุษย์ให้พ้นจากความบาปของตน

หนทางแห่งความรอดของมนุษย์ถูกจัดเตรียมไว้ตั้งแต่ใน
กาลก่อน

หนทางแห่งความรอดของมนุษย์ถูกเปิดออกเมื่อพระเยซูทรงสิ้น
พระชนม์บนไม้กางเขนและทรงเป็นขึ้นมาจากความตายในวันที่สา
มโดยทรงทำลายพลังอำนาจของความตาย การเสด็จเข้ามาในโลกนี้
ของพระเยซูเพื่อทำให้การจัดเตรียมเรื่องความรอดของพระเจ้าสำห
รับมนุษย์สำเร็จและการเสด็จมาเป็นมนุษย์ของพระเมสสิยาห์ถูกทำ
นายไว้ในวินาทีที่อาดัมทำบาป

ในปฐมกาล 3:15 พระเจ้าตรัสกับงูที่ล่อลวงผู้หญิงว่า "เราจะให้
เจ้ากับหญิงนี้เป็นศัตรูกัน ทั้งพงศ์พันธุ์ของเจ้าและพงศ์พันธุ์ของเข
าด้วย พงศ์พันธุ์ของหญิงจะทำให้หัวของเจ้าแหลกและเจ้าจะทำให้
ส้นเท้าของเขาฟกช้ำ" คำว่า "หญิง" ในที่นี้ในฝ่ายวิญญาณหมายถึง
อิสราเอลชนชาติที่พระเจ้าทรงเลือกและคำว่า "งู" เป็นหมายถึงผีม
ารซาตานที่เป็นปฏิปักษ์กับพระเจ้า การที่พงศ์พันธุ์ของ "หญิง" จะ
"ทำให้หัวของเจ้า [งู] แหลก" หมายความว่าพระผู้ช่วยให้รอดของม
นุษย์จะเสด็จมาอยู่ท่ามกลางชนชาติอิสราเอลและมีชัยชนะเหนือพลั
งอำนาจของความตายและของผีมารซาตาน

งูจะไม่มีพิษสงเมื่อหัวของมันแหลก ในทำนองเดียวกัน เมื่อพระ
เจ้าตรัสกับงูว่าพงศ์พันธุ์ของหญิงจะทำให้หัวของงูแหลกพระองค์ทร
งพยากรณ์ว่าพระคริสต์จะบังเกิดในอิสราเอลและจะทรงทำลายพลัง
อำนาจของผีมารซาตานพร้อมทั้งจะทรงช่วยคนบาปที่ตกอยู่ภายอำ
นาจของมารซาตานให้รอด

เพราะมารรู้เกี่ยวกับเรื่องนี้มันจึงพยายามสังหารพงศ์พันธุ์ของห
ญิงก่อนที่พงศ์พันธุ์นั้นจะทำให้หัวของมารแหลก มารเชื่อว่าหนทาง
เดียวที่มันจะชื่นชมกับสิทธิอำนาจที่ได้มาจากการไม่เชื่อฟังของอาดั

มตลอดไปก็โดยการสังหารพงศ์พันธุ์ของหญิง แต่ผีมารซาตานไม่รู้ว่าใครคือพงศ์พันธุ์ของหญิง มารจึงพยายามยุยงให้ฆ่าผู้เผยพระวจนะที่สัตย์ซื่อของพระเจ้านับตั้งแต่สมัยพระคัมภีร์เดิมเป็นต้นมา

เมื่อโมเสสบังเกิดมาผีมารซาตานได้ยุยงฟาโรห์แห่งอียิปต์ให้สังหารเด็กทารกเพศชายของหญิงชาวฮีบรูทุกคน (อพยพ 1:15-22) และเมื่อพระเยซูเสด็จมาบังเกิดเป็นมนุษย์ในโลกนี้มารได้ทำงานในจิตใจของกษัตริย์เฮโรดเพื่อยุยงให้ท่านสังหารเด็กทารกเพศชายทุกคนที่อยู่ในเบธเลเฮมและพื้นที่ใกล้เคียงซึ่งมีอายุสองขวบลงมา เพราะเหตุนี้พระเจ้าจึงทรงปกป้องครอบครัวของพระเยซูและทรงให้คนเหล่านั้นหนีไปยังอียิปต์

หลังจากนั้นพระเยซูทรงจำเริญวัยขึ้นภายใต้การดูแลโดยตรงของพระเจ้าและทรงเริ่มพันธกิจของพระองค์เมื่อมีพระชนมายุครบ 30 พรรษา พระเยซูเสด็จไปทั่วแคว้นกาลิลีเพื่อประกาศสั่งสอนในธรรมศาลา รักษาโรคทุกชนิดของผู้คนให้หาย ทำให้คนตายเป็นขึ้นมาพร้อมกับประกาศข่าวประเสริฐเรื่องแผ่นดินสวรรค์กับคนยากจนตามน้ำพระทัยของพระเจ้า

ผีมารซาตานยุยงพวกมหาปุโรหิต พวกธรรมาจารย์ และพวกฟาริสีพร้อมกับเริ่มวางแผนฆ่าพระเยซูผ่านคนเหล่านี้ แต่คนชั่วเหล่านั้นไม่อาจแตะต้องพระเยซูได้จนกว่าจะถึงวันเวลาที่พระเจ้าทรงกำหนดไว้ พระเจ้าทรงอนุญาตให้คนเหล่านั้นจับกุมและตรึงพระเยซูเพื่อทำให้การจัดเตรียมเรื่องความรอดของมนุษย์ผ่านการตรึงบนไม้กางเขนสำเร็จในช่วงสุดท้ายของการทำพันธกิจสามปีของพระเยซูเท่านั้น

เพราะถูกกดดันจากพวกยิว ปอนทิอัส ปีลาตผู้ว่าราชการชาวโรมจึงตัดสินให้ตรึงพระเยซู บนไม้กางเขน จากนั้นทหารโรมจึงทำมงกุฎหนามสวมให้กับพระเยซูพร้อมกับใช้ตะปูตอกที่พระหัตถ์และพร

ะบาทของพระองค์

การตรึงบนไม้กางเขนถือเป็นวิธีการประหารนักโทษที่โหดเหียมที่สุด เมื่อซาตานประสบความสำเร็จในการตรึงพระเยซูอย่างโหดเหียมโดยผ่านคนชั่วร้าย ผีมารคงร้องเพลงและเต้นรำด้วยความชื่นชมยินดีเพราะมันคิดว่าต่อไปนี้คงไม่มีใครและไม่มีสิ่งใดจะเป็นอุปสรรคต่อการการครอบครองโลกของมันอีก แต่เราเห็นถึงการจัดเตรียมของพระเจ้าในเหตุการณ์นี้

แต่เรากล่าวถึงเรื่องพระปัญญาของพระเจ้าซึ่งเป็นข้อลับลึก คือพระปัญญาซึ่งซ่อนไว้นั้นและซึ่งพระเจ้าได้ทรงกำหนดไว้ก่อนปฐมกาลเพื่อให้เราถือศักดิ์ศรีของเรา ไม่มีอำนาจครอบครองใด ๆ ในยุคนี้ได้รู้จักพระปัญญานั้น เพราะว่าถ้ารู้แล้วจะมิได้เอาองค์พระผู้เป็นเจ้าแห่งพระสิริตรึงไว้ที่กางเขน (1 โครินธ์ 2:7-8)

เพราะพระเจ้าทรงยุติธรรมพระองค์จึงไม่ทรงใช้สิทธิอำนาจเบ็ดเสร็จเพื่อทำลายกฎเกณฑ์ที่พระองค์ทรงตั้งไว้ แต่พระองค์ทรงกระทำทุกอย่างตามกฎของมิติฝ่ายวิญญาณ ดังนั้นพระองค์จึงทรงจัดเตรียมหนทางแห่งความรอดของมนุษย์ไว้ตั้งแต่ก่อนปฐมกาลตามกฎเกณฑ์ของพระเจ้า

กฎของมิติฝ่ายวิญญาณกำหนดไว้ว่า "ค่าจ้างของความบาปคือความตาย" (โรม 6:23) ถ้าบุคคลไม่ทำบาปเขาก็ไม่ควรรับโทษถึงตาย แต่มารกลับตรึงพระเยซูผู้ไม่มีบาป ผู้ทรงปราศจากมลทินและความด่างพร้อย ดังนั้นมารจึงละเมิดกฎของมิติฝ่ายวิญญาณและต้องชดใช้ความผิดดังกล่าวด้วยการส่งคืนสิทธิอำนาจที่มารได้รับจากอาดัมหลังจากที่เขาทำบาปเพราะการไม่เชื่อฟัง กล่าวคือ บัดนี้ผีมารซาตานถูกบังคับให้ปล่อยมนุษย์ทุกคนที่ต้อนรับเอาพระเยซูเป็นพระผู้ช่วยให้รอดของตนและเชื่อในพระนามของพระองค์ให้เป็นอิสระ

ถ้าหากผีมารซาตานรู้จักพระปัญญาดังกล่าวของพระเจ้ามารก็คงไม่ตรึงพระเยซูบนกางเขน แต่เพราะมารไม่รู้ถึงความลับข้อนี้มันจึงยุยงให้นำพระเยซูผู้ไม่มีบาปไปประหารโดยเชื่อมันว่าการกระทำดังกล่าวจะทำให้มันสามารถครอบครองโลกตลอดไป แต่ในความเป็นจริงมารตกหลุมพรางของมันเองและละเมิดกฎของมิติฝ่ายวิญญาณ นี่คือความอัศจรรย์ของพระปัญญาของพระเจ้า

ความจริงก็คือมารซาตานตกเป็นเครื่องมือของการทำให้การจัดเตรียมของพระเจ้าในเรื่องความรอดของมนุษย์สำเร็จ พงศ์พันธุ์ของหญิงจึงทำให้หัวของมาร "แหลก" ตามที่พยากรณ์ไว้ในหนังสือปฐมกาล

โดยการจัดเตรียมและพระปัญญาของพระเจ้าพระเยซูผู้ไม่มีบาปจึงสิ้นพระชนม์เพื่อไถ่มนุษย์ทุกคนจากความผิดบาปของตน จากการเป็นขึ้นมาในวันที่สามพระเยซูจึงทรงทำลายพลังอำนาจของความตายและของผีมารซาตานพร้อมกับทรงเป็นกษัตริย์เหนือกษัตริย์ทั้งหลายและองค์พระผู้เป็นเจ้าเหนือเจ้าทั้งหลาย พระองค์ทรงเปิดประตูแห่งความรอดเพื่อให้เราสามารถเป็นผู้ชอบธรรมโดยความเชื่อในพระเยซูคริสต์

ด้วยเหตุนี้ ผู้คนจำนวนนับไม่ถ้วนตลอดประวัติศาสตร์ของมนุษย์จึงได้รับความรอดโดยความเชื่อในพระเยซูคริสต์และหลายคนในปัจจุบันกำลังต้อนรับเอาองค์พระเยซูคริสต์

การรับพระวิญญาณบริสุทธิ์โดยทางความเชื่อในพระเยซูคริสต์

เพราะเหตุใดเราจึงได้รับความรอดเมื่อเราเชื่อในพระเยซูคริสต์ เมื่อเราต้อนรับเอาพระเยซูคริสต์เป็นพระผู้ช่วยให้รอดเราก็ได้รับพระวิญญาณบริสุทธิ์จากพระเจ้า เมื่อเราได้รับพระวิญญาณบริสุทธิ์วิญญาณจิตที่ตายไปแล้วของเราก็เป็นขึ้นมาใหม่ เนื่องจากพระวิญญาณบริสุทธิ์คือฤทธิ์อำนาจและพระทัยของพระเจ้า พระวิญญาณบริสุ

ทธีจึงทรงนำบุตรของพระเจ้าไปสู่ความจริงและช่วยคนเหล่านี้ให้ดำเนินชีวิตตามน้ำพระทัยของพระองค์

ดังนั้นผู้คนที่เชื่อว่าพระเยซูคริสต์ทรงเป็นพระผู้ช่วยให้รอดของตนอย่างแท้จริงจะทำตามความปรารถนาของพระวิญญาณบริสุทธิ์และจะพยายามดำเนินชีวิตด้วยพระคำของพระเจ้า คนเหล่านี้จะกำจัดความเกลียดชัง อารมณ์วู่วาม ความอิจฉา ความริษยา การพิพากษาตัดสินผู้อื่น และการล่วงประเวณีออกไปจากชีวิตของตนและจะเดินอยู่ในความดีงามและความจริงพร้อมทั้งเข้าใจ รับใช้ และรักคนอื่น

เหมือนที่กล่าวไว้ในเบื้องต้นว่าเมื่ออาดัมทำบาปด้วยการกินผลไม้จากต้นไม้แห่งการสำนึกในความดีและความชั่ว วิญญาณของมนุษย์จึงตายและมนุษย์ตกลงไปสู่หนทางแห่งความพินาศ แต่เมื่อเราได้รับพระวิญญาณบริสุทธิ์ วิญญาณที่ตายไปแล้วของเราจะเป็นขึ้นมาใหม่และเราจะค่อย ๆ พัฒนาไปสู่การเป็นบุคคลแห่งความจริงและรื้อฟื้นพระฉายาของพระเจ้าที่สูญเสียไปขึ้นมาใหม่ตราบใดที่เรามุ่งทำตามความปรารถนาของพระวิญญาณบริสุทธิ์และเดินอยู่ในพระคำแห่งความจริงของพระเจ้า

เมื่อเราเดินอยู่ในพระคำแห่งความจริงของพระเจ้าความเชื่อของเราจะได้รับการยอมรับว่าเป็น “ความเชื่อที่แท้จริง” และเนื่องจากความบาปของเราได้รับการชำระด้วยพระโลหิตของพระเยซูตามการกระทำแห่งความเชื่อของเรา เราจึงได้รับความรอด เพราะเหตุนี้ 1 ยอห์น 1:7 จึงบอกเราว่า “แต่ถ้าเราดำเนินอยู่ในความสว่างเหมือนอย่างพระองค์ทรงสถิตในความสว่าง เราก็ร่วมสามัคคีธรรมซึ่งกันและกัน และพระโลหิตของพระเยซูคริสต์พระบุตรของพระองค์ก็ชำระเราทั้งหลายให้ปราศจากบาปทั้งสิ้น”

นี่คือวิธีการที่เราบรรลุถึงความรอดโดยควา

มเชื่อหลังจากเราได้รับการยกโทษความผิดบาป แต่ถ้าเราเดินอยู่ในความบาป แม้เราจะประกาศถึงความเชื่อของตน แต่คำประกาศนั้นเป็นการพูดมุสา ดังนั้นพระโลหิตของององค์พระเยซูคริสต์จึงไม่สามารถไถ่เราให้พ้นจากความบาปของเราและพระองค์จะไม่ทรงรับรองความรอดของเราเช่นกัน

แต่สำหรับผู้คนที่เพิ่งต้อนรับเอาพระเยซูคริสต์นั้นจะแตกต่างกัน แม้คนเหล่านี้ยังไม่ได้เดินอยู่ในความจริง พระเจ้าผู้ทรงสำรวจจิตใจทรงเชื่อว่าเขาจะได้รับการเปลี่ยนแปลงและพระองค์จะทรงนำเขาไปถึงความรอดเมื่อคนเหล่านี้แสวงหาความจริงอย่างไม่หยุดยั้ง

พระเยซูทรงทำให้คำพยากรณ์เป็นสำเร็จ

พระเยซูทรงกระทำให้พระคำของพระเจ้าที่พยากรณ์ถึงพระเมสสิยาห์ผ่านบรรดาผู้เผยพระวจนะสำเร็จเป็นจริง พระชนม์ชีพทุกด้านของพระเยซู–นับจากการบังเกิดและการทำพันธกิจไปจนถึงการสิ้นพระชนม์และการเป็นขึ้นมาของพระองค์–ล้วนอยู่ในการจัดเตรียมของพระเจ้าเพื่อให้พระองค์เป็นพระเมสสิยาห์และพระผู้ช่วยให้รอดของมนุษย์

พระเยซูทรงบังเกิดจากหญิงพรหมจารีในเมืองเบธเลเฮม

พระเจ้าทรงพยากรณ์ถึงการบังเกิดของพระเยซูผ่านผู้เผยพระวจนะอิสยาห์ เมื่อถึงเวลาของพระเจ้า ฤทธิ์อำนาจของพระผู้สูงสุดได้ลงมาเหนือหญิงพรหมจารีคนหนึ่งชื่อมารีย์ในเมืองนาซาเร็ธแคว้นกาลิลีและไม่นานเธอจึงตั้งครรภ์บุตรชาย

เพราะฉะนั้น องค์พระผู้เป็นเจ้าจะประทานหมายสำคัญเอง ดูเถิด หญิงสาวคนหนึ่งจะตั้งครรภ์และคลอดบุตรชายคนหนึ่งและเขาจะเรียกนามของท่านว่าอิมมานูเอล (อิสยาห์ 7:14)

พระเจ้าทรงทำให้พระเมสสิยาห์มาบังเกิดจากผู้หญิงคนหนึ่งชื่อมารีย์ซึ่งหมั้นไว้กับโยเซฟลูกหลานของดาวิดเหมือนที่พระองค์ทรงสัญญาไว้กับชนชาติอิสราเอลว่า “การปกครองของท่านจะเพิ่มพูนยิ่งขึ้นและสันติภาพจะไม่มีที่สิ้นสุดเหนือพระที่นั่งของดาวิด” (อิสยาห์ 9:7) เนื่องจากมารีย์และโยเซฟเป็นลูกหลานของอาดัมที่เกิดมาพร้อมกับความบาปดั้งเดิมซึ่งไม่สามารถช่วยให้มนุษย์ให้พ้นจากความ

บาปของตนพระเจ้าจึงทรงทำให้คำพยากรณ์สำเร็จด้วยการทำให้มารีย์สาวพรหมจารีตั้งครรภ์และให้กำเนิดพระเยซูก่อนที่เธอและโยเซฟจะอยู่กินด้วยกัน

โอ เบธเลเฮม เอฟราธาห์ แต่เจ้าผู้เป็นหน่วยเล็กในบรรดาตระกูลของยูดาห์ จากเจ้าจะมีผู้หนึ่งออกมาเพื่อเราเป็นผู้ที่จะปกครองในอิสราเอล ดั้งเดิมของท่านมาจากสมัยเก่าจากสมัยโบราณกาล (มีคาห์ 5:2)

พระคัมภีร์พยากรณ์ว่าพระเยซูจะทรงบังเกิดที่หมู่บ้านเบธเลเฮม พระเยซูทรงบังเกิดที่หมู่บ้านเบธเลเฮมในยูเดียในสมัยของกษัตริย์เฮโรดจริง (มัทธิว 2:1) และประวัติศาสตร์ยืนยันถึงเหตุการณ์นี้

เมื่อพระเยซูทรงบังเกิด กษัตริย์เฮโรดทรงวุ่นวายพระทัยเพราะกลัวว่าพระเยซูจะเป็นภัยคุกคามต่อการปกครองของตน กษัตริย์เฮโรดจึงมีรับสั่งให้ฆ่าพระเยซูเสีย แต่เมื่อหาพระกุมารไม่พบกษัตริย์เฮโรดจึงทรงใช้คนไปสังหารเด็กทารกเพศชายทุกคนในเบธเลเฮมและพื้นที่ใกล้เคียงที่มีอายุสองขวบลงมา ดังนั้นจึงมีเสียงร้องโอดครวญและเสียงร่ำไห้อยู่ทั่วไปในพื้นที่เหล่านั้น

ถ้าพระเยซูไม่ได้เสด็จเข้ามาในโลกในฐานะกษัตริย์ของชาวยิว ทำไมกษัตริย์เฮโรดจึงยอมสังเวยชีวิตของเด็กทารกจำนวนมากเพราะเด็กทารกเพียงคนเดียว โศกนาฏกรรมนี้เกิดขึ้นก็เพราะผีมารซาตาน (ที่พยายามฆ่าพระเมสสิยาห์เพราะกลัวสูญเสียอำนาจครอบครองของตนในโลกนี้) ทำงานในจิตใจของกษัตริย์เฮโรดซึ่งกลัวสูญเสียบัลลังก์ของตนไปพร้อมทั้งยุยงให้เฮโรดกระทำสิ่งที่ชั่วร้ายดังกล่าว

พระเยซูทรงเป็นพยานถึงพระเจ้าผู้ทรงพระชนม์อยู่

ก่อนเริ่มต้นพันธกิจของพระองค์พระเยซูทรงปฏิบัติตามธรรมบัญญัติอย่างครบถ้วนตลอดระยะเวลา 30 ปีแห่งพระชนม์ชีพของพระองค์ เมื่อพระองค์ทรงมีอายุมากพอที่จะเ

ป็นปุโรหิตพระเยซูจึงทรงเริ่มต้นพันธกิจเพื่อเป็นพระเมสสิยาห์ตามที่พระเจ้าทรงวางแผนการไว้ตั้งแต่กาลก่อน

พระวิญญาณแห่งพระเจ้าทรงอยู่เหนือข้าพเจ้า เพราะว่าพระเจ้าได้ทรงเจิมข้าพเจ้าไว้เพื่อนำข่าวดีมายังผู้ที่ทุกข์ใจ พระองค์ทรงใช้ข้าพเจ้ามาให้เล้าโลมคนที่ชอกช้ำระกำใจและร้องประกาศอิสรภาพแก่บรรดาเชลยและบอกการเปิดเรือนจำออกให้แก่ผู้ที่ถูกจองจำ เพื่อประกาศปีแห่งความโปรดปรานของพระเจ้าและวันแห่งการแก้แค้นของพระเจ้าของเรา เพื่อเล้าโลมบรรดาผู้ที่ไว้ทุกข์ เพื่อจัดให้บรรดาผู้ที่ไว้ทุกข์ในศิโยน เพื่อประทานมาลัยแทนขี้เถ้าให้เขา น้ำมันแห่งความยินดีแทนการไว้ทุกข์ ผ้าห่มแห่งการสรรเสริญแทนจิตใจที่ท้อถอย เพื่อคนจะเรียกเขาว่าต้นก่อหลวงแห่งความชอบธรรมที่ซึ่งพระเจ้าทรงปลูกไว้เพื่อพระองค์จะทรงสำแดงพระสิริของพระองค์ (อิสยาห์ 61:1-3)

ในคำพยากรณ์นี้เราพบว่าพระเยซูทรงแก้ไขปัญหาทุกอย่างของชีวิตด้วยฤทธิ์อำนาจของพระเจ้าและทรงเล้าโลมผู้คนที่หัวใจแตกสลาย เมื่อถึงเวลาของพระเจ้า พระเยซูจึงเสด็จเข้ากรุงเยรูซาเล็มเพื่อรับเอาความทุกข์ยากลำบาก

ธิดาแห่งศิโยนเอ๋ย จงร่าเริงอย่างยิ่งเถิด โอ บุตรีแห่งเยรูซาเล็มเอ๋ย จงโห่ร้อง ดูเถิด กษัตริย์ของเธอเสด็จมาหาเธอ ทรงความยุติธรรมและความรอด พระองค์ทรงอ่อนสุภาพและทรงลา ทรงลูกลา (เศคาริยาห์ 9:9)

พระเยซูเสด็จเข้ากรุงเยรูซาเล็มโดยทรงลูกลาตามคำพยากรณ์ของเศคาริยาห์ ประชาชนพร้อมกันโห่ร้องว่า “โฮซันนาแก่ราชโอรสของดาวิด ขอให้ท่านผู้ที่เสด็จมาในพระนามของององค์พระผู้เป็นเจ้าทรงพระเจริญ โฮซันนาในที่สูงสุด” (มัทธิว 21:9) และประชาชนทั่วทั้งกรุงต่างก็แตกตื่นกับสิ่งที่เกิดขึ้น การที่ประชาชนชี

นชมยินดีก็เพราะว่าพระเยซูทรงสำแดงถึงการอัศจรรย์และหมายสำคัญหลายประการ เช่น การเสด็จไปบนน้ำและการทำให้คนตายฟื้นคืนชีพ เป็นต้น แต่ไม่นานประชาชนเหล่านั้นก็ทรยศและตรึงพระองค์ที่ไม้กางเขน

เมื่อพวกปุโรหิต พวกฟาริสี และพวกธรรมาจารย์เห็นว่ามีประชาชนจำนวนมากติดตามพระเยซูเพื่อฟังถ้อยคำแห่งสิทธิอำนาจและการสำแดงถึงฤทธิ์อำนาจของพระเจ้า คนเหล่านั้นจึงรู้สึกว่าตำแหน่งของตนในสังคมกำลังถูกคุกคาม เพราะความเกลียดชังที่เขามีต่อพระเยซูคนเหล่านั้นจึงวางแผนฆ่าพระองค์ พวกผู้นำเหล่านั้นสร้างหลักฐานเท็จทุกรูปแบบเพื่อต่อสู้กับพระเยซูพร้อมกับกล่าวหาว่าพระองค์ทรงล่อลวงและยุยงประชาชน พระเยซูทรงสำแดงถึงฤทธิ์อำนาจอันมหัศจรรย์ของพระเจ้าที่ไม่มีผู้ใดสามารถกระทำได้เว้นแต่พระเจ้าจะทรงสถิตอยู่กับบุคคลผู้นั้น แต่ผู้นำเหล่านั้นก็พยายามกำจัดพระเยซู

สุดท้าย สาวกคนหนึ่งของพระเยซูก็ทรยศต่อพระองค์และพวกปุโรหิตได้จ่ายเงินสามสิบเชเขลให้กับสาวกคนนั้นที่ช่วยเหลือเขาจับกุมพระเยซู เหตุการณ์นี้จึงสำเร็จตามคำพยากรณ์ของเศคาริยาห์เกี่ยวกับเงินค่าจ้างสามสิบเชเขลที่ระบุว่า "ข้าพเจ้าจึงเอาเงินสามสิบเชเขลโยนให้แก่ช่างปั้นหม้อ" (เศคาริยาห์ 11:12-13)

ต่อมาภายหลังสาวกที่ทรยศต่อพระเยซูเพื่อแลกกับเงินสามสิบเชเขลเกิดความรู้สึกผิดและนำเงินสามสิบเชเขลไปคืนให้กับพวกปุโรหิต แต่พวกปุโรหิตใช้เงินจำนวนนั้นไปซื้อ "ทุ่งช่างหม้อ" (มัทธิว 27:3-10)

การทนทุกข์และการสิ้นพระชนม์ของพระเยซู

พระเยซูทรงทนทุกข์ทรมานเพื่อช่วยมนุษย์ให้รอดซึ่งเป็นไปตามคำของผู้เผยพระวจนะอิสยาห์ที่พยากรณ์ไว้ เพราะพระเยซูเสด็จเข้ามาในโลกนี้เพื่อทำให้การจัดเตรียมของพระเจ้าสำเร็จในการไถ่ประชากรของพระองค์ให้พ้นจากความผิดบาปของตน พระองค์จึงถูกตรึงและสิ้นพระชนม์บนไม้กางเขนซึ่งเป็นเครื่องหมายของการแช่งสาปและกลายเป็นเครื่องบูชาไถ่บาปแด่พระเจ้าเพื่อความผิดบาปของมนุษย์ทั้งปวง

แน่ทีเดียวท่านได้แบกความเจ็บไข้ของเราทั้งหลายและหอบความเจ็บปวดของเราไป กระนั้นเราทั้งหลายก็ยังถือว่าท่านถูกตี คือพระเจ้าทรงโบยตีและข่มใจ แต่ท่านถูกบาดเจ็บเพราะความทรยศของเราทั้งหลาย ท่านฟกช้ำเพราะความบาปผิดของเรา การตีสอนอันทำให้เราทั้งหลายสมบูรณ์นั้นตกแก่ท่าน ที่ท่านต้องฟกช้ำนั้นก็ให้เราหายดี เราทุกคนได้เจิ่นไปเหมือนแกะ เราทุกคนต่างได้หันไปตามทางของตนเองและพระเจ้าทรงวางลงบนท่านซึ่งความบาปผิดของเราทุกคน ท่านถูกบีบบังคับและท่านถูกข่มใจ ถึงกระนั้นท่านก็ไม่ปริปาก เหมือนลูกแกะที่ถูกนำไปฆ่าและเหมือนแกะที่เป็นใบ้อยู่หน้าผู้ตัดขนของมันฉันใด ท่านก็ไม่ปริปากของท่านเลยฉันนั้น ท่านถูกนำเอาไปด้วยการบีบบังคับและการตัดสินและเกี่ยวกับเชื้อสายของท่าน ผู้ใดเล่าคิดว่าท่านต้องถูกตัดออกไปจากแดนคนเป็น ต้องถูกตีเพราะการทรยศของชนชาติของเรา และเขาจัดหลุมศพของท่านไว้กับคนอธรรม ในความตายของท่านเขาจัดไว้กับเศรษฐี แม้ว่าท่านมิได้กระทำการทารุณประการใดเลยและไม่มีการหลอกลวงในปากของท่าน แต่ก็ยังเป็นน้ำพระทัยของพระเจ้าที่จะให้ท่านฟกช้ำด้วยความเจ็บไข้ เมื่อพระทรงกระทำให้วิญญาณของท่านเป็นเครื่องบูชาไถ่บาป ท่านจะเห็นพงศ์พันธุ์ของท่าน ท่านจะยืดวันทั้งหลายของท่าน น้ำพระทัยของพระเจ้าจะเจริญขึ้นใน

มือของท่าน (อิสยาห์ 53: 4-10)

ผู้คนในสมัยพระคัมภีร์เดิมนำเลือดของสัตว์มาถวายแด่พระเจ้าทุกครั้งที่เขาทำบาปต่อพระองค์ แต่พระเยซูผู้ไม่มีบาป (ไม่ว่าจะเป็นบาปดั้งเดิมหรือบาปที่เป็นการกระทำก็ตาม) ทรงหลั่งพระโลหิตอันบริสุทธิ์ของพระองค์และ "ทรงถวายพระองค์เองเป็นเครื่องสัตวบูชาเพราะบาปเพียงครั้งเดียว" เพื่อมนุษย์จะได้รับการอภัยโทษบาปของตนและเข้าสู่ชีวิตนิรันดร์ (ฮีบรู 10:11-12) ดังนั้นพระองค์จึงทรงปูทางไปสู่การอภัยโทษบาปและความรอดโดยความเชื่อในพระเยซูคริสต์และเราไม่จำเป็นต้องนำเลือดสัตว์มาถวายอีกต่อไป

เมื่อพระเยซูทรงสิ้นพระชนม์บนไม้กางเขนนั้นม่านในพระวิหารก็ขาดออกเป็นสองท่อนตั้งแต่บนตลอดล่าง (มัทธิว 27:51) ม่านในพระวิหารเป็นผ้าม่านขนาดใหญ่ซึ่งกั้นระหว่างห้องวิสุทธิสถานกับห้องบริสุทธิ์ภายในพระวิหารและคนธรรมดาไม่สามารถเข้าไปสู่ห้องบริสุทธิ์นี้ได้ มหาปุโรหิตเท่านั้นที่สามารถเข้าไปในห้องวิสุทธิสถานและเข้าได้เพียงปีละครั้ง

การที่ "ม่านในพระวิหารขาดออกเป็นสองท่อนตั้งแต่บนตลอดล่าง" เป็นสัญลักษณ์ว่าเมื่อพระเยซูทรงถวายพระองค์เองเป็นเครื่องบูชาลบล้างบาปพระองค์ได้ทรงทำลายกำแพงบาปที่ขวางกั้นระหว่างเรากับพระเจ้าลง ในสมัยพระคัมภีร์เดิม มหาปุโรหิตต้องถวายเครื่องบูชาแด่พระเจ้าเพื่อการไถ่คนอิสราเอลจากบาปของตนและอธิษฐานต่อพระเจ้าเพื่อคนเหล่านั้น แต่เมื่อกำแพงที่ขวางกั้นระหว่างเรากับพระเจ้าถูกทำลายลงเราจึงสามารถติดต่อสื่อสารกับพระเจ้าด้วยตนเอง กล่าวคือ ทุกคนที่เชื่อในพระเยซูคริสต์สามารถเข้าไปสู่สถานอันศักดิ์สิทธิ์ของพระเจ้า นมัสการพระองค์ และอธิษฐานต่อพระองค์ในสถานที่แห่งนั้นได้

ฉะนี้ เราจะแบ่งส่วนหนึ่งให้ท่านกับผู้ยิ่งใหญ่และท่านจะแบ่งรา

งวัลกับคนแข็งแรง เพราะท่านเทวิญญาณจิตของท่านถึงความมรณะและถูกนับเข้ากับคนทรยศ ถึงกระนั้นท่านก็แบกบาปของคนเป็นอันมากและทำการอ้อนวอนเพื่อผู้ทรยศ

(อิสยาห์ 53:12)

พระเยซูทรงสิ้นพระชนม์บนไม้กางเขนเพื่อความผิดบาปของมนุษย์ทุกคนแต่พระองค์ทรงถูกนับเข้ากับคนทรยศซึ่งเป็นไปตามการบันทึกของผู้เผยพระวจนะอิสยาห์เกี่ยวกับการทนทุกข์และการถูกตรึงของพระเมสสิยาห์ แม้ในขณะที่พระองค์กำลังสิ้นพระชนม์ไม้บนกางเขนพระเยซูทรงทูลกับพระเจ้าเพื่อให้ยกโทษแก่ผู้คนที่กำลังตรึงพระองค์

โอ พระบิดาเจ้าข้า ขอโปรดอภัยโทษเขาเพราะว่าเขาไม่รู้ว่าเขาทำอะไร

(ลูกา 23:34)

เมื่อพระองค์ทรงสิ้นพระชนม์บนไม้กางเขน คำพยากรณ์ของผู้เขียนสดุดีจึงสำเร็จเป็นจริงที่ว่า "พระองค์ทรงรักษากระดูกของเขาไว้ทั้งหมดไม่หักสักซี่เดียว" (สดุดี 34:20) เราเห็นถึงความสำเร็จของคำพยากรณ์นี้ในยอห์น 19:32-33 ที่ว่า "ดังนั้นพวกทหารจึงมาขาของคนที่หนึ่งและขาของอีกคนหนึ่งที่ถูกตรึงอยู่กับพระองค์ แต่เมื่อเขามาถึงพระเยซูและเห็นว่าพระองค์สิ้นพระชนม์แล้วเขาจึงมิได้ทุบขาของพระองค์"

พระเยซูทรงทำให้พันธกิจของการเป็นพระเมสสิยาห์สำเร็จ

พระเยซูทรงรับแบกบาปของมนุษย์ไว้บนไม้กางเขนและทรงสิ้นพระชนม์เพื่อมนุษย์ในฐานะเครื่องบูชาไถ่บาป แต่ความสำเร็จของ

การจัดเตรียมเรื่องความรอดไม่ได้เกิดขึ้นโดยการสิ้นพระชนม์ของพระเยซู

สดุดี 16:10 พยากรณ์ไว้ว่า “เพราะพระองค์มิได้ทรงมอบข้าพระองค์ไว้กับแดนผู้ตายหรือให้ธรรมิกชนของพระองค์ต้องเห็นปากแดนนั้น” และสดุดี 118:17 ทำนายไว้ว่า “ข้าพเจ้าจะไม่ตาย แต่ข้าพเจ้าจะเป็นอยู่และประกาศพระราชกิจของพระเจ้า” พระกายของพระเยซูไม่ได้เปื่อยเน่าและพระองค์ทรงเป็นขึ้นมาในวันที่สาม

ยิ่งกว่านั้น สดุดี 68:18 ยังพยากรณ์ไว้อีกว่า “พระองค์เสด็จขึ้นสู่เบื้องสูงนำเชลยไปด้วยและรับของขวัญท่ามกลางมนุษย์ ข้าแต่พระเจ้า แม้จากผู้ที่ขัดขวางที่พระองค์ประทับที่นั่น” พระเยซูเสด็จขึ้นไปสู่สวรรค์และทรงเฝ้ารอคอยวันสุดท้ายที่พระองค์จะกระทำให้การฝัดร่อนมนุษย์ครบถ้วนสมบูรณ์พร้อมกับนำประชากรของพระองค์เข้าสู่สวรรค์

ทุกสิ่งที่พระเจ้าทรงสัญญาไว้ผ่านผู้เผยพระวจนะของพระองค์เกี่ยวกับพระเมสสิยาห์ล้วนสำเร็จเป็นจริงโดยทางพระเยซูคริสต์

การสิ้นพระชนม์ของพระเยซู
และคำพยากรณ์เกี่ยวกับอิสราเอล

อิสราเอลชนชาติที่พระเจ้าทรงเลือกสรรไม่รู้ว่าพระเยซูทรงเป็นพระเมสสิยาห์ แต่พระเจ้าก็ไม่ได้ทรงละทิ้งประชากรที่พระองค์ทรงเลือกและในวันนี้พระเจ้าทรงกำลังทำให้การจัดเตรียมของพระองค์ในเรื่องความรอดของอิสราเอลสำเร็จเป็นจริง

พระเจ้าทรงพยากรณ์ถึงอนาคตของอิสราเอลผ่านการถูกตรึงไม้บนกางเขนของพระเยซู ทั้งนี้ก็เพราะความรักอันยิ่งใหญ่ของพระองค์ที่มีต่อคนเหล่านั้นและความปรารถนาอันแรงกล้าที่จะให้คนอิสราเอลเชื่อในพระเมสสิยาห์ที่พระเจ้าทรงส่งมาเพื่อไปถึงความรอด

การทนทุกข์เพื่ออิสราเอลที่ตรึงพระเยซู

แม้ปอนทิอัส ปีลาต (ผู้ว่าการชาวโรมัน) เป็นผู้ตัดสินให้นำพระเยซูไปตรึงบนกางเขนแต่ชาวยิวคือผู้ที่โน้มน้าวปีลาตให้ดำเนินการดังกล่าว ปีลาตรู้ว่าไม่มีเหตุผลใดที่จะฆ่าพระเยซูแต่ฝูงชนพยายามกดดันท่านด้วยการร้องตะโกนให้ตรึงพระเยซูจนเกือบมีการจลาจลเกิดขึ้น

เพื่อให้คำตัดสินของท่านในการตรึงพระเยซูมีความเด็ดขาดและชัดเจน ปีลาตจึงล้างมือของท่านต่อหน้าประชาชนและกล่าวกับคนเหล่านั้นว่า "เราไม่มีความผิดด้วยเรื่องความตายของคนนี้ เจ้ารับธุระเอาเองเถิด" (มัทธิว 27:24)

ในปี ค.ศ. 70 เยรูซาเล็มล่มสลายลงด้วยการโจมตีของนายติตัสแห่งโรม พระวิหารถูกทำลายและผู้รอดชีวิตถูกบังคับให้ละทิ้งมาตุภูมิของตนและกระจัดกระจายออกไปทั่วโลก นั่นเป็นจุดเริ่มต้นของก

ารกระจัดกระจายออกไปทั่วโลกของชาวยิวและดำเนินอยู่เป็นเวลาสองสามพันปี ความทุกข์ทรมานที่ชนชาติอิสราเอลได้รับในช่วงเวลาแห่งการกระจัดกระจายนี้ไม่สามารถบรรยายได้อย่างครบถ้วนด้วยถ้อยคำ

เมื่อเยรูซาเล็มล่มสลาย ชาวยิวประมาณ 1 ล้าน 1 แสนคนถูกฆ่า และในช่วงสงครามโลกครั้งที่สองมีชาวยิวประมาณ 6 ล้านคนถูกสังหารหมู่โดยกองทัพนาซี ชาวยิวที่ถูกพวกนาซีสังหารหมู่ถูกเปลือยกายซึ่งสะท้อนกลับไปถึงช่วงเวลาที่พระเยซูทรงถูกตรึงในลักษณะเปลือยกาย

แน่นอน ในมุมมองของอิสราเอลคนเหล่านี้อาจโต้แย้งว่าความทุกข์ทรมานของเขาไม่ใช่ผลลัพธ์จากการตรึงพระเยซู แต่เมื่อมองย้อนกลับไปในประวัติศาสตร์ของอิสราเอลเราจะเห็นอย่างชัดเจนอิสราเอลและประชากรของประเทศนี้ได้รับการปกป้องจากพระเจ้าและเจริญรุ่งเรืองเมื่อคนเหล่านี้ดำเนินชีวิตตามน้ำพระทัยของพระเจ้า แต่เมื่อเขาเหินห่างไปจากน้ำพระทัยของพระองค์คนอิสราเอลจะถูกลงโทษและตกอยู่ภายใต้การทดลองและความยากลำบาก

ดังนั้นเราจึงรู้ว่าความทุกข์ของอิสราเอลมีมูลเหตุ ถ้าการตรึงพระเยซูเป็นสิ่งที่ถูกต้องในสายพระเนตรของพระเจ้า เพราะเหตุใดพระเจ้าจึงทรงปล่อยให้อิสราเอลตกอยู่ในความยากลำบากอย่างต่อเนื่องและรุนแรงเป็นเวลาอันยาวนาน

เสื้อผ้าของพระเยซูและอนาคตของอิสราเอล

อีกเหตุการณ์หนึ่งที่ทำนายถึงสิ่งที่จะอุบัติขึ้นกับอิสราเอลซึ่งเกิดขึ้นในจุดที่คนเหล่านั้นตรึงพระเยซู สดุดี 22:18 กล่าวว่า "เสื้อผ้าของข้าพระองค์เขาแบ่งปันกัน ส่วนเสื้อของข้าพระองค์นั้นเขาก็จับฉลากกัน" พวกทหารโรมเอาเสื้อผ้าของพระเยซูมาแบ่งออกเป็นสี่ส่วนและให้กับทหารคนละส่วนจับฉลากแบ่งปันกันและนำฉลองพระองค์ชั้นในมาจับฉลากกันและฉลองชั้นในตัวนั้นตกเป็นของทหารคนหนึ่ง

เหตุการณ์นี้เชื่อมโยงกับอนาคตของอิสราเอลอย่างไร เนื่องจากพระเยซูทรงเป็นกษัตริย์ของชาวยิว ในฝ่ายวิญญาณ เสื้อผ้าของพระองค์จึงเป็นสัญลักษณ์ของประเทศอิสราเอลซึ่งเป็นชนชาติที่พระเจ้าทรงเลือกสรร เมื่อเสื้อผ้าของพระเยซูถูกแบ่งออกเป็นสี่ส่วนและเสื้อผ้าชิ้นนั้นก็หมดรูปทรงไป สิ่งนี้ทำนายถึงการล่มสลายของประเทศอิสราเอล แต่เพราะโครงสร้างของเสื้อผ้านั้นยังหลงเหลืออยู่สิ่งนี้จึงมีนัยว่าแม้ประเทศอิสราเอลจะหายไปแต่ชื่อ "อิสราเอล" ยังคงอยู่

อะไรคือความหมายของการแบ่งเสื้อผ้าของพระเยซูออกเป็นสี่ส่วนให้กับทหารโรมคนละส่วน การแบ่งเสื้อผ้าเป็นสัญลักษณ์ว่าประชาชนอิสราเอลจะถูกทำลายโดยอาณาจักรโรมและจะกระจัดกระจายออกไป คำพยากรณ์นี้สำเร็จเป็นจริงในการล่มสลายของเยรูซาเล็มและการถูกทำลายของประเทศอิสราเอลซึ่งทำให้ชาวยิวกระจัดกระจายออกไปยังส่วนต่าง ๆ ของโลก

ยอห์น 19:23 พูดถึงฉลองพระองค์ชั้นในของพระเยซูว่า "ฉลองพระองค์ชั้นในนั้นไม่มีตะเข็บทอตั้งแต่บนตลอดล่าง" การที่ฉลองพระองค์ชั้นใน "ไม่มีตะเข็บ" เป็นสัญลักษณ์ว่าฉลองพระองค์ผืนนี้ไม่ได้เกิดจากการนำผ้าหลาย ๆ ชิ้นมาเย็บเข้าด้วยกัน

ผู้คนส่วนใหญ่มักไม่รู้ว่าเสื้อผ้าของตนถูกทอขึ้นด้วยวิธีใด เพราะเหตุใดพระคัมภีร์จึงบันทึกถึงโครงสร้างของฉลองพระองค์ชั้นในของพระเยซูโดยละเอียด ในโครงสร้างนี้มีคำพยากรณ์ถึงเหตุการณ์ที่จะเกิดขึ้นกับคนอิสราเอล

ฉลองพระองค์ชั้นในของพระเยซูหมายถึงจิตใจของคนอิสราเอลซึ่งคนเหล่านี้รับใช้พระเจ้าด้วยจิตใจ การที่ฉลองพระองค์ชั้นใน "ไม่มีตะเข็บทอตั้งแต่บนตลอดล่าง" จึงเป็นสัญลักษณ์ของจิตใจของอิสราเอลที่มีต่อพระเจ้าซึ่งยืนหยัดมั่นคงมาตั้งแต่สมัยของยาโคบบรรพบุรุษของชนชาตินี้และไม่หวั่นไหวในทุกสถานการณ์

อิสราเอลก่อตั้งเป็นประเทศผ่านคนสิบสองเผ่าหลังจากช่วงเวลาของอับราฮัม อิสอัค และยาโคบ ประชาชนอิสรเอลยึดมั่นในความบริสุทธิ์ของประเทศตนโดยไม่มีการสมรสกับคนต่างชาติ เมื่ออาณาจักรถูกแบ่งแยกออกเป็นอาณาจักรอิสราเอลทางตอนเหนือและอาณา

จักรยูดาห์ทางตอนใต้ ประชาชนในอาณาจักรเหนือสมรสกับคนต่างชาติแต่ผู้คนในอาณาจักรใต้ยังคงรักษาความเป็นประเทศของคนเชื้อชาติเดียวเอาไว้อย่างเหนียวแน่น ในปัจจุบันชาวยิวยังคงรักษาเอกลักษณ์ของตนไว้โดยเชื่อมโยงกลับไปยังยุคของบิดาแห่งความเชื่อเหล่านี้

ด้วยเหตุนี้ แม้เสื้อผ้าของพระเยซูจะถูกฉีกแบ่งออกเป็นสี่ส่วนแต่ฉลองชั้นในของพระองค์ยังคงอยู่ในสภาพเดิม สิ่งนี้เป็นสัญลักษณ์ว่าแม้รูปแบบความเป็นประเทศของอิสราเอลจะหายไปแต่จิตใจและความเชื่อของคนอิสราเอลที่มีต่อพระเจ้ายังคงอยู่

เนื่องจากคนเหล่านี้มีจิตใจที่ไม่แปรปรวน พระเจ้าจึงทรงเลือกเขาให้เป็นชนชาติที่เลือกสรรของพระองค์และทรงทำให้แผนการและน้ำพระทัยของพระองค์สำเร็จผ่านคนเหล่านี้จนกระทั่งวันนี้ แม้วันเวลาจะผ่านพ้นไปหลายพันปีคนอิสราเอลก็ยังคงยึดถือธรรมบัญญัติอย่างเคร่งครัด ทั้งนี้ก็เพราะว่าคนเหล่านี้สืบทอดจิตใจที่ไม่แปรเปลี่ยนของยาโคบเอาไว้นั่นเอง

ผลลัพธ์ก็คือ หลังจากที่ชนชาตินี้สูญเสียประเทศของตนไปเกือบ 1,900 ปี คนอิสราเอลทำให้ผู้คนทั้งโลกตกตะลึงด้วยการประกาศความเป็นเอกราชและการรื้อฟื้นประเทศของตนขึ้นมาใหม่อีกครั้งหนึ่งในวันที่ 14 พฤษภาคม 1948

เพราะว่าเราจะเอาเจ้าออกมาจากท่ามกลางประชาชาติและรวบรวมเจ้ามาจากทุกประเทศและนำเจ้าเข้ามาในแผ่นดินของเจ้าเอง (เอเสเคียล 36:24)

เจ้าจะอาศัยอยู่ในแผ่นดินซึ่งเราให้แก่บรรพบุรุษของเจ้าและเจ้าจะเป็นประชากรของเราและเราจะเป็นพระเจ้าของเจ้า (เอเสเคียล 36:28)

คนอิสราเอลเริ่มหลั่งไหลเข้ามาตั้งถิ่นฐานในดินแดนปาเลสไตน์และก่อตั้งประเทศของตนขึ้นมาอีกครั้งหนึ่งเหมือนที่พยากรณ์ไว้ในพระคัมภีร์เดิมว่า "เมื่อล่วงไปหลายวันแล้วเจ้าจะถูกเรียกตัวในปีหลัง ๆ" (เอเสเคียล 38:8) ยิ่งกว่านั้น อิสราเอลได้ประกาศถึงค

วามเป็นเลิศของประเทศตนกับผู้คนทั้งโลกอีกครั้งหนึ่งด้วยการมุ่งพัฒนาตนเองไปสู่การเป็นประเทศที่มีแสนยานุภาพมากที่สุดในโลกประเทศหนึ่ง

พระเจ้าทรงปรารถนาให้อิสราเอลเตรียมพร้อมต่อการเสด็จกลับมาของพระเยซู

พระเจ้าทรงปรารถนาให้อิสราเอลที่เพิ่งได้รับการรื้อฟื้นขึ้นมาใหม่มุ่งหวังและเตรียมพร้อมสำหรับการเสด็จกลับมาของพระเมสสิยาห์ พระเยซูเสด็จมาที่ประเทศอิสราเอลเมื่อประมาณ 2 พันปีที่แล้ว พระองค์ทรงทำให้การจัดเตรียมเรื่องความรอดสำหรับมนุษย์สำเร็จครบถ้วนและทรงเป็นพระผู้ช่วยให้รอดและพระเมสสิยาห์สำหรับคนเหล่านั้น เมื่อพระองค์เสด็จขึ้นสู่สวรรค์พระเยซูทรงสัญญาถึงการเสด็จกลับมาครั้งที่สองและบัดนี้พระเจ้าทรงปรารถนาให้ชนชาติที่พระองค์ทรงเลือกรอคอยการเสด็จกลับมาของพระเมสสิยาห์ด้วยความเชื่อที่แท้จริง

เมื่อพระเยซูคริสต์พระเมสสิยาห์เสด็จกลับมาอีกครั้งหนึ่ง พระองค์จะไม่เสด็จกลับมาในรางหญ้าที่ต่ำต้อยหรือทนทุกข์กับการถูกลงโทษบนไม้กางเขนเหมือนที่พระองค์เคยกระทำเมื่อสองพันปีที่แล้ว ตรงกันข้าม พระองค์จะทรงปรากฏพร้อมกับเหล่าเทพบริวารและทูตสวรรค์และจะเสด็จมายังโลกนี้ในฐานะของกษัตริย์เหนือกษัตริย์และองค์พระผู้เป็นเจ้าเหนือเจ้าทั้งหลายด้วยสง่าราศีของพระเจ้าเพื่อให้ผู้คนทั้งโลกมองเห็น

ดูเถิด พระองค์จะเสด็จมาพร้อมกับหมู่เมฆและนัยน์ตาทุกดวงและคนเหล่านั้นที่ได้แทงพระองค์จะเห็นพระองค์ จะเป็นไปอย่างนั้น (วิวรณ์ 1:7)

เมื่อถึงเวลาของพระเจ้า มนุษย์ทุกคน (ทั้งที่เชื่อและไม่เชื่อ) จะมองเห็นการเสด็จกลับมาขององค์พระผู้เป็นเจ้าในฟ้าอากาศ ในวันนั้นผู้คนที่เชื่อว่าพระเยซูทรงเป็นพระผู้ช่วยให้รอดของมนุษย์จะถูกรับขึ้นไปยังหมู่เมฆและเข้าร่วมในงานเลี้ยงสมรสในฟ้าอากาศ แต่คนอื่นจะถูกละไว้ให้ทนทุกข์คร่ำครวญบนแผ่นดินโลก

เมื่อพระเจ้าทรงสร้างอาดัมและทรงเริ่มต้นการฝึดร่อนมนุษย์ วาระสิ้นสุดของการฝึดร่อนนี้จะมาถึงอย่างแน่นอน ชาวนาหว่านเมล็ดพืชและเก็บเกี่ยวพืชผลของตนฉันใด ช่วงเวลาแห่งการเก็บเกี่ยวผลของการฝึดร่อนมนุษย์ก็จะมาถึงด้วยฉันนั้น การฝึดร่อนมนุษย์ของพระเจ้าจะครบถ้วนสมบูรณ์ในการเสด็จกลับมาครั้งที่สองของพระเยซูคริสต์พระเมสสิยาห์

พระเยซูตรัสกับเราในวิวรณ์ 22:7 ว่า "และดูเถิด เราจะมาในเร็ว ๆ นี้ ผู้ใดที่ถือรักษาคำพยากรณ์ในหนังสือนี้ก็เป็นสุข" ยุคของเราเป็นยุคสุดท้าย ด้วยความรักอันยิ่งใหญ่ของพระองค์ที่มีต่ออิสราเอลพระเจ้าทรงให้ความเข้าใจกับชนชาติของพระองค์ผ่านประวัติศาสตร์ของเขาเพื่อคนเหล่านี้จะยอมรับเอาพระเมสสิยาห์ พระเจ้าไม่ทรงปรารถนาให้อิสราเอลชนชาติที่พระองค์ทรงเลือกเท่านั้นที่จะต้อนรับเอาพระเยซูคริสต์ก่อนวาระสิ้นสุดแห่งการฝึดร่อนมนุษย์ แต่พระองค์ทรงปรารถนาให้มนุษย์ทุกคนต้อนรับเอาพระเยซูคริสต์ก่อนวาระนั้นด้วยเช่นกัน

พระคัมภีร์ภาษาฮีบรูทีคริสเตียนรู้จักคือพระคริสตธรรมคัมภีร์เดิม

บทที 3

พระเจ้าทีอิสราเอลเชือ

ธรรมบัญญัติและธรรมเนียมปฏิบัติ

ในขณะที่พระเจ้าทรงนำอิสราเอลชนชาติที่พระองค์ทรงเลือกออกจากอียิปต์และเข้าไปสู่คานาอันแผ่นดินแห่งพันธสัญญา พระองค์ทรงเสด็จลงมาบนยอดเขาซีนาย จากนั้นพระเจ้าทรงเรียกโมเสสผู้นำในการอพยพให้มาเฝ้าพระองค์และตรัสกับท่านว่าพวกปุโรหิตต้องชำระตนให้บริสุทธิ์เมื่อคนเหล่านั้นเข้าเฝ้าพระองค์ นอกจากนั้น พระเจ้าทรงมอบพระบัญญัติสิบประการและธรรมบัญญัติอีกหลายข้อให้กับคนอิสราเอลผ่านทางโมเสส

เมื่อโมเสสอธิบายถึงพระดำรัสและกฎหมายทั้งสิ้นของพระเจ้าพระเยโฮวาห์อย่างเป็นทางการ ประชาชนก็ตอบเป็นเสียงเดียวกันว่า "พระวจนะทั้งหมดซึ่งพระเจ้าตรัสไว้นั้นพวกเราจะกระทำตาม" (อพยพ 24:3) แต่ในขณะที่โมเสสอยู่บนภูเขาซีนายตามที่พระเจ้าทรงเรียก ประชาชนได้ขอให้อาโรนสร้างรูปวัวทองคำและทำบาปอย่างร้ายแรงด้วยการนมัสการรูปปั้นนั้น

คนเหล่านั้นเป็นประชากรที่พระเจ้าทรงเลือกและทำบาปร้ายแรงเช่นนั้นได้อย่างไร มนุษย์ทุกคนนับจากอาดัม (ซึ่งทำบาปด้วยการไม่เชื่อฟัง) เป็นต้นมาล้วนเป็นลูกหลานของอาดัมและถือกำเนิดมาพร้อมกับธรรมชาติบาป มนุษย์ถูกชักนำให้ทำบาปก่อนที่เขาจะได้รับการชำระให้บริสุทธิ์โดยการเข้าสุหนัตจิตใจของตน นั่นคือสาเหตุที่พระเจ้าทรงส่งพระเยซูพระบุตรองค์เดียวของพระองค์เข้ามาในโลกนี้ พระเจ้าทรงเปิดประตูแห่งการอภัยโทษบาปทั้ง

สิ้นของมนุษย์ผ่านการถูกตรึงของพระเยซู

เพราะเหตุใดพระเจ้าจึงประทานธรรมบัญญัติให้กับประชาชน เราเรียกพระบัญญัติสิบประการที่พระเจ้าประทานผ่านทางโมเสสรวมทั้งกฎหมายและคำสั่งทั้งสิ้นว่าธรรมบัญญัติ

พระเจ้าทรงนำคนเหล่านั้นเข้าสู่แผ่นดินที่อุดมไปด้วยน้ำผึ้งและน้ำนมผ่านทางธรรมบัญญัติของพระองค์

เหตุผลและจุดประสงค์ที่พระเจ้าทรงมอบธรรมบัญญัติให้กับคนอิสราเอลในช่วงการอพยพออกจากอียิปต์ก็เพื่อคนเหล่านั้นจะได้ชื่นชมกับพระพรของการเข้าสู่แผ่นคานาอันซึ่งอุดมไปด้วยน้ำผึ้งและน้ำนม ประชาชนได้รับธรรมบัญญัติโดยตรงจากโมเสส แต่คนเหล่านั้นไม่ได้รักษาพันธสัญญาของพระเจ้าและทำบาปหลายประการซึ่งรวมถึงการกราบไหว้รูปเคารพและการล่วงประเวณี สุดท้ายประชาชนส่วนใหญ่ก็เสียชีวิตในบาปของตนในช่วงเวลาสี่สิบปีของการมีชีวิตอยู่ในถิ่นทุรกันดาร

หนังสือเฉลยธรรมบัญญัติบันทึกถึงคำพูดช่วงสุดท้ายของโมเสสและเจาะลึกลงไปในพันธสัญญาของพระเจ้าและธรรมบัญญัติ เมื่อคนในชั่วอายุแรกของการอพยพเสียชีวิตลง (ยกเว้นโยชูวาและคาเลบ) โมเสสจึงเรียกร้องคนในชั่วอายุที่สองและที่สามของการอพยพให้รักพระเจ้าและเชื่อฟังธรรมบัญญัติของพระองค์

ดูก่อน คนอิสราเอล พระเยโฮวาห์พระเจ้าของท่านทรงประสงค์ให้ท่านกระทำอย่างไร คือให้ยำเกรงพระเยโฮวาห์พระเจ้าของท่าน ให้ดำเนินตามทางทั้งปวงของพระองค์ ให้รักพระองค์ ให้ปรนนิบัติพระเยโฮวาห์พระเจ้าของท่านด้วยสุดจิตสุดใจของท่านทั้งหลาย และให้รักษาพระบัญญัติและกฎเกณฑ์ของพระเจ้าซึ่งข้าพเจ้าบัญชาท่าน

ในวันนี้เพื่อประโยชน์ของท่านทั้งหลาย (เฉลยธรรมบัญญัติ 10:12-13)

พระเจ้าประทานธรรมบัญญัติให้กับคนอิสราเอลเพราะพระองค์ทรงต้องการให้คนเหล่านั้นเชื่อฟังธรรมบัญญัติด้วยความเต็มใจและยืนยันถึงความรักของเขาต่อพระเจ้าผ่านการเชื่อฟังของตน พระเจ้าไม่ได้ประทานธรรมบัญญัติให้กับคนเหล่านั้นเพื่อควบคุมหรือผูกมัดเขา แต่พระองค์ทรงต้องการรับเอาจิตใจแห่งการเชื่อฟังและอวยพระพรคนเหล่านั้น

และจงให้ถ้อยคำที่ข้าพเจ้าบัญชาพวกท่านในวันนี้อยู่ในใจของท่านและพวกท่านจงอุตส่าห์สอนถ้อยคำเหล่านั้นแก่บุตรหลานของท่านเมื่อท่านนั่งอยู่ในเรือน เดินอยู่ตามทาง และนอนลงหรือลุกขึ้นจงพูดถึงถ้อยคำนั้น จงเอาถ้อยคำเหล่านี้พันไว้ที่มือของท่านเป็นหมายสำคัญและจงจารึกไว้ที่หว่างคิ้วของท่าน และเขียนไว้ที่เสาประตูเรือนและที่ประตูของท่าน (เฉลยธรรมบัญญัติ 6:6-9)

พระเจ้าตรัสกับคนอิสราเอลถึงวิธีการรักษาธรรมบัญญัติไว้ในจิตใจของตนรวมทั้งวิธีการสอนและการปฏิบัติตามธรรมบัญญัติเหล่านั้นผ่านข้อความเหล่านี้ คนอิสราเอลในทุกยุคทุกสมัยยังคงท่องจำและถือรักษาธรรมบัญญัติและคำบัญชาทั้งสิ้นของพระเจ้าที่บันทึกไว้ในหนังสือห้าเล่มของโมเสสอย่างต่อเนื่อง แต่คนเหล่านี้เน้นการประพฤติตามธรรมบัญญัติภายนอกเท่านั้น

ธรรมบัญญัติและธรรมเนียมปฏิบัติของพวกผู้ใหญ่

ยกตัวอย่าง เมื่อธรรมบัญญัติสั่งไว้ว่าจงรักษาวันสะบาโตให้บริสุทธิ์ พวกผู้ใหญ่จะตั้งธรรมเนียมปฏิบัติโดยละเอียดขึ้นมาอีกหลายข้อซึ

งนำไปสู่การรักษาธรรมบัญญัติ เช่น การห้ามไม่ให้ใช้ประตูอัตโนมัติ การห้ามไม่ให้ใช้ลิฟต์ การห้ามไม่ให้ใช้บันไดเลื่อน และการห้ามไม่ให้เปิดจดหมาย หนังสือเดินทาง และหีบห่ออย่างอื่น เป็นต้น ธรรมเนียมปฏิบัติของพวกผู้ใหญ่เกิดขึ้นได้อย่างไร

คนอิสราเอลคิดว่าการที่พระวิหารของพระเจ้าถูกทำลายและประชาชนอิสราเอลตกไปเป็นเชลยที่บาบิโลนเป็นก็เพราะเขาไม่ได้ปรนนิบัติพระเจ้าอย่างสิ้นสุดใจของตน คนเหล่านั้นต้องการปรนนิบัติพระเจ้าให้ถูกต้องมากยิ่งขึ้นและประยุกต์ใช้ธรรมบัญญัติกับสถานการณ์ต่าง ๆ ซึ่งเปลี่ยนแปลงไปตามกาลเวลา ดังนั้นคนอิสราเอลจึงสร้างระเบียบกฎเกณฑ์ที่เคร่งครัดขึ้นมาอีกหลายข้อ

ระเบียบกฎเกณฑ์เหล่านี้ถูกตั้งขึ้นโดยมีมุมมองไปที่การปรนนิบัติพระเจ้าอย่างสิ้นสุดใจ กล่าวคือ คนเหล่านี้สร้างระเบียบกฎเกณฑ์ที่อธิบายถึงชีวิตทุกด้านอย่างละเอียดและเคร่งครัดเพื่อเขาจะสามารถถือรักษาธรรมบัญญัติในชีวิตประจำวันของตน

บางครั้งระเบียบกฎเกณฑ์อันเคร่งครัดเหล่านี้ทำหน้าที่ปกป้องธรรมบัญญัติ แต่เมื่อวันเวลาผ่านไประเบียบกฎเกณฑ์เหล่านี้กลับคลาดเคลื่อนไปจากความหมายที่แท้จริงซึ่งแฝงอยู่ในธรรมบัญญัติและมุ่งให้ความสำคัญกับการรักษาธรรมบัญญัติภายนอกมากกว่า ด้วยวิธีการนี้คนอิสราเอลจึงพลาดไปจากความหมายที่แท้จริงของธรรมบัญญัติ

ในการรักษาธรรมบัญญัตินั้นพระเจ้าทรงยอมรับและทอดพระเนตรไปที่จิตใจของแต่ละคนมากกว่าการให้ความสำคัญกับการประพฤติตามธรรมบัญญัติด้วยการกระทำภายนอก ดังนั้นพระเจ้าจึงทรงกำหนดธรรมบัญญัติขึ้นเพื่อเสาะหาผู้คนที่ถวายเกียรติกับพระองค์อย่า

งแท้จริงและเพื่ออวยพรผู้คนที่เชื่อฟังพระองค์ แม้ว่าผู้คนในสมัยพระคัมภีร์เดิมหลายคนประพฤติตามธรรมบัญญัติ แต่ในเวลาเดียวกันก็มีอีกหลายคนที่ละเมิดธรรมบัญญัติเช่นกัน

"โอ อยากให้มีสักคนหนึ่งในพวกเจ้าซึ่งจะปิดประตูเสียเพื่อว่าเจ้าจะไม่ก่อไฟบนแท่นบูชาของเราเสียเปล่า พระเจ้าจอมโยธาตรัสว่าเราไม่พอใจเจ้าและเราจะไม่รับเครื่องบูชาจากมือของเจ้า" (มาลาคี 1:10)

เมื่อพวกธรรมาจารย์และพวกผู้ใหญ่ใส่ร้ายพระเยซูและกล่าวประณามเหล่าสาวกของพระองค์ คนเหล่านั้นไม่ได้ใส่ร้ายเพราะพระเยซูและสาวกละเมิดธรรมบัญญัติ แต่ที่คนเหล่านั้นใส่ร้ายก็เพราะว่าพระเยซูและสาวกละเมิดธรรมเนียมปฏิบัติของพวกผู้ใหญ่ หนังสือมัทธิวอธิบายถึงเหตุการณ์นี้ไว้อย่างชัดเจน

ทำไมพวกสาวกของท่านจึงละเมิดคำสอนที่ตกทอดมาจากบรรพบุรุษ ด้วยว่าเขามิได้ล้างมือเมื่อรับประทานอาหาร (มัทธิว 15:2)

ในตอนนี้พระเยซูทรงอธิบายข้อเท็จจริงกับคนเหล่านั้นว่าสิ่งที่สาวกละเมิดไม่ใช่ธรรมบัญญัติหากแต่เป็นการละเมิดธรรมเนียมปฏิบัติของพวกผู้ใหญ่ การประพฤติตามธรรมบัญญัติด้วยการกระทำภายนอกเป็นสิ่งสำคัญ แต่การรู้จักน้ำพระทัยที่แท้จริงของพระเจ้าซึ่งซุกซ่อนอยู่ในธรรมบัญญัตินั้นเป็นสิ่งที่สำคัญกว่า

พระเยซูจึงตรัสตอบคนเหล่านั้นว่า

เหตุไฉนพวกท่านจึงละเมิดพระบัญญัติของพระเจ้าด้วยเห็นแก่คำสอนที่พวกท่านรับมาจากบรรพบุรุษเล่า เพราะว่าพระเจ้าได้ทรงบัญญัติไว้ว่า "จงให้เกียรติบิดามารดาของเจ้า" และ "ผู้ใดปร

ะฌามบิดามารดาจะต้องมีโทษถึงตาย” แต่พวกท่านกลับสอนว่า “ผู้ใดจะกล่าวแก่บิดามารดาว่า ‘สิ่งใดของข้าพเจ้าซึ่งอาจเป็นประโยชน์แก่ท่าน สิ่งนั้นเป็นของถวายแด่พระเจ้าแล้ว’ ผู้นั้นจึงไม่ต้องให้เกียรติบิดามารดาของตน” อย่างนั้นแหละท่านทั้งหลายทำให้ธรรมบัญญัติของพระเจ้าเป็นหมันไปเพราะเห็นแก่คำสอนของพวกท่าน (มัทธิว 15:3-6)

พระเยซูยังตรัสถ้อยคำต่อไปนี้ด้วยเช่นกัน

โอ คนหน้าซื่อใจคด อิสยาห์ได้พยากรณ์ถึงพวกท่านถูกแล้วว่า “ประชากรนี้ให้เกียรติเราแต่ปาก ใจของเขาห่างไกลจากเรา เขานมัสการเราโดยหาประโยชน์มิได้ ด้วยเอาบทบัญญัติของมนุษย์มาตู่ว่าเป็นพระดำรัสสอนของพระเจ้า” (มัทธิว 15:7-9)

จากนั้นพระเยซูจึงทรงเรียกประชาชนและตรัสกับเขาว่า

จงฟังและเข้าใจเถิด มิใช่สิ่งซึ่งเข้าไปในปากจะทำให้มนุษย์เป็นมลทิน แต่สิ่งซึ่งออกมาจากปากนั้นแหละทำให้มนุษย์เป็นมลทิน (มัทธิว 15:10-11)

บุตรของพระเจ้าควรให้เกียรติบิดามารดาของตนตามที่บันทึกไว้ในพระบัญญัติสิบประการ แต่พวกฟาริสีกลับสอนประชาชนว่าบุตรที่ต้องการปรนนิบัติและให้เกียรติบิดามารดาของตนด้วยทรัพย์สินเงินทองสามารถละเว้นการทำหน้าที่ดังกล่าวนั้นได้ถ้าหากผู้เป็นบุตรประกาศว่าเขาพร้อมที่จะถวายทรัพย์สินเงินทองของตนให้กับพระเจ้า พวกฟาริสีสร้างระเบียบกฎเกณฑ์เกี่ยวกับรายละเอียดต่าง ๆ ของชีวิตด้วยข้อปลีกย่อยอีกมากมายจนคนต่างชาติไม่กล้ารักษาธรรมเนียม

ปฏิบัติของพวกผู้ใหญ่ทั้งหมดอย่างเคร่งครัด ผู้นำศาสนาเหล่านี้คิดว่าตนกำลังทำสิ่งที่ถูกต้องในฐานะผู้คนที่พระเจ้าทรงเลือกสรร

พระเจ้าที่อิสราเอลเชื่อ

เมื่อพระเยซูทรงรักษาโรคในวันสะบาโตพวกฟาริสีประณามพระเยซูว่าเป็นผู้ล่วงละเมิดวันสะบาโต วันหนึ่งพระเยซูเสด็จเข้าไปในธรรมศาลาและทรงทอดพระเนตรเห็นชายมือลีบคนหนึ่งยืนอยู่ต่อหน้าพวกฟาริสี พระองค์ทรงตั้งพระทัยที่จะกระตุ้นคนเหล่านั้นด้วยคำถามต่อไปนี้

ในวันสะบาโตควรจะทำการดีหรือควรจะทำร้าย จะช่วยชีวิตดีหรือจะผลาญชีวิตเสียดี (มาระโก 3:4)

ถ้าผู้ใดในพวกท่านมีแกะตัวเดียวและแกะตัวนั้นตกบ่อในวันสะบาโต ผู้นั้นจะไม่ฉุดลากแกะตัวนั้นขึ้นหรือ มนุษย์คนหนึ่งย่อมประเสริฐยิ่งกว่าแกะมากทีเดียว เหตุฉะนั้นจึงอนุญาตให้ทำการดีได้ในวันสะบาโต (มัทธิว 12:11-12)

เพราะพวกฟาริสีจดจ่ออยู่กับกรอบของธรรมบัญญัติซึ่งถูกกำหนดไว้ในธรรมเนียมปฏิบัติของพวกผู้ใหญ่และหมกมุ่นอยู่กับการยึดเอาตนเองเป็นศูนย์กลางและขนบธรรมเนียมประเพณีของชีวิต คนเหล่านั้นจึงไม่เพียงแต่ไม่รู้จักน้ำพระทัยที่แท้จริงของพระเจ้าซึ่งซุกซ่อนอยู่ในธรรมบัญญัติ แต่เขายังไม่รู้จักกับพระเยซูผู้ที่เสด็จมาในโลกนี้ในฐานะพระผู้ช่วยให้รอดด้วยเช่นกัน

บ่อยครั้งพระเยซูทรงชี้ให้พวกฟาริสีเห็นและเรียกร้องให้เขากลับใจจากความผิดของตน พระองค์ทรงตำหนิคนเหล่านั้นเพราะเขาละเลยจุดประสงค์ที่แท้จริงของการประทานธรรมบัญญัติของพระเจ้ารว

มทั้งการที่เขาเปลี่ยนจุดประสงค์ดังกล่าวและยึดติดอยู่กับการรักษาธรรมบัญญัติด้วยการกระทำภายนอก

วิบัติแก่เจ้า พวกธรรมาจารย์และพวกฟาริสี คนหน้าซื่อใจคด ด้วยพวกเจ้าถวาทศางค์ของสะระแหน่ ลูกผักชี และยี่หร่า ส่วนข้อสำคัญแห่งธรรมบัญญัติ คือความยุติธรรมความเมตตา ความเชื่อนั้นได้ละเลยเสี การถวายทศางค์ พวกเจ้าก็ควรปฏิบัติ แต่ไม่ควรละเลยข้อสำคัญนั้นด้วย (มัทธิว 23:23)

วิบัติแก่เจ้า พวกธรรมาจารย์และพวกฟาริสี คนหน้าซื่อใจคด ด้วยเจ้าขัดชำระถ้วยชามแต่ภายนอก ส่วนภายในถ้วยชามนั้นเต็มไปด้วยโจรกรรมและการมัวเมากิเลส (มัทธิว 23:25)

ชนชาติอิสราเอลที่อยู่ภายใต้การปกครองของโรมวาดภาพในความคิดของตนว่าพระเมสสิยาห์จะเสด็จพร้อมด้วยแสนยานุภาพและเกียรติยศอันยิ่งใหญ่ พระองค์จะทรงปลดปล่อยเขาให้เป็นอิสระจากกำมือของผู้กดขี่ทั้งหลายของตนและจะทรงครอบครองเหนือบรรดาประชาติทั่วโลก

ในขณะเดียวกันกลับมีลูกชายของช่างไม้คนหนึ่งถือกำเนิดขึ้นมา ชายคนนี้คบค้าสมาคมกับคนที่สังคมรังเกียจ คนเจ็บป่วย และคนบาป ชายคนนี้เรียกพระเจ้าว่า “พระบิดา” พร้อมกับยืนยันว่าตน เป็นความสว่างของโลก เมื่อชายคนนี้ตำหนิคนเหล่านั้นในเรื่องความบาปของเขา ผู้คนที่รักษาธรรมบัญญัติด้วยมาตรฐานของตนเองและประกาศว่าตนเป็นผู้ชอบธรรมจึงรู้สึกว่าถ้อยคำของชายคนนี้เชือดเฉือนและทิ่มแทงจิตใจของตน คนเหล่านั้นจึงตรึงชายคนนี้อย่างไม่มีเหตุผล

พระเจ้าทรงปรารถนาให้เรารักและยกโทษ

พวกฟาริสีรักษาระเบียบกฎเกณฑ์ของลัทธิยิวอย่างเคร่งครัดและถือว่าธรรมเนียมประเพณีที่สืบทอดกันมาเป็นเวลานานคือสิ่งที่มีคุณค่าต่อชีวิตตน คนเหล่านี้ปฏิบัติต่อคนเก็บภาษี (ซึ่งทำงานให้กับโรม) เหมือนคนบาปและไม่คบค้ากับคนกลุ่มนี้

มัทธิว 9:10 กล่าวว่าพระเยซูประทับอยู่ที่โต๊ะเสวยในบ้านของคนเก็บภาษีชื่อมัทธิวและมีคนบาปหลายคนกำลังรับประทานอาหารร่วมกับพระองค์และเหล่าสาวก เมื่อพวกฟาริสีเห็นเช่นนั้นจึงกล่าวแก่พวกสาวกของพระองค์ว่า “ทำไมอาจารย์ของท่านจึงรับประทานอาหารด้วยกันกับคนเก็บภาษีและคนนอกรีตเล่า” เมื่อพระเยซูทรงทราบว่าพวกฟาริสีกล่าวตำหนิพวกสาวก พระองค์จึงทรงอธิบายให้คนเหล่านั้นทราบถึงพระทัยของพระเจ้า พระเจ้าทรงมอบความรักและความเมตตาที่ไม่มีวันสูญสิ้นให้กับทุกคนที่กลับใจจากบาปของตนด้วยความจริงใจและหันหลังให้กับความบาปเหล่านั้น

มัทธิว 9:12-13 กล่าวต่อไปว่า “คนเจ็บต้องการหมอ แต่คนสบายไม่ต้องการ ท่านทั้งหลายจงไปเรียนคัมภีร์ข้อนี้ให้เข้าใจที่ว่า ‘เราประสงค์ความเมตตา ไม่ประสงค์เครื่องสัตวบูชา’ ด้วยว่าเรามิได้มาเพื่อจะเรียกคนที่เห็นว่าตัวชอบธรรม แต่มาเรียกคนที่พวกท่านว่านอกรีต”

เมื่อความชั่วร้ายของชาวเมืองนีนะเวห์ขึ้นไปถึงสวรรค์ พระเจ้าจะทรงทำลายนครนีนะเวห์ แต่ก่อนที่จะทำลายเมืองนั้นพระเจ้าทรงส่งโยนาห์ผู้เผยพระวจนะของพระองค์ไปยังคนในเมืองนั้นเพื่อบอกให้เขากลับใจจากบาปของตน เมื่อประชาชนชาวนีนะเวห์อดอาหารและกลับใจจากบาปทั้งสิ้นของตน พระเจ้าจึงทรงเปลี่ยนพระทัย

ไม่ทำลายคนเหล่านั้น แต่พวกฟาริสีกลับคิดว่าเมื่อมีผู้ฝ่าฝืนธรรมบัญญัติบุคคลนั้นต้องถูกพิพากษา ส่วนที่สำคัญที่สุดของธรรมบัญญัติคือความรักและการอภัยโทษที่ไม่มีวันสูญสิ้นของพระเจ้า แต่พวกฟาริสีกลับคิดว่าการพิพากษาลงโทษคนเป็นสิ่งที่ถูกต้องและมีคุณค่ามากกว่าการยกโทษคนนั้นด้วยความรัก

ในทำนองเดียวกัน เมื่อเราไม่เข้าใจน้ำพระทัยของพระเจ้าผู้ประทานธรรมบัญญัติให้กับเรา เราก็จะพิพากษาตัดสินทุกสิ่งด้วยความคิดและทฤษฎีของเราและเราจะพิพากษาว่าคนอื่นทำผิดต่อพระเจ้า

พระประสงค์ที่แท้จริงของพระเจ้าในการประทานธรรมบัญญัติ

พระเจ้าทรงสร้างฟ้าสวรรค์และแผ่นดินโลกรวมทั้งสิ่งสารพัดซึ่งอยู่ในที่แห่งนั้นและทรงสร้างมนุษย์ขึ้นเพื่อพระองค์จะมีบุตรที่แท้จริงผู้ซึ่งมีจิตใจเหมือนพระทัยของพระเจ้า ด้วยพระประสงค์นี้พระเจ้าจึงตรัสกับประชากรของพระองค์ว่า "จงชำระตัวให้บริสุทธิ์เพราะเราบริสุทธิ์" (เลวีนิติ 11:44) พระองค์ทรงมุ่งหวังให้เรายำเกรงพระองค์เพื่อเราจะไม่ยำเกรงพระเจ้าเฉพาะการแสดงออกภายนอกเท่านั้น แต่เราต้องเป็นคนที่ปราศจากตำหนิด้วยการกำจัดความชั่วออกจากจิตใจของเราเช่นกัน

ในสมัยพระเยซูพวกฟาริสีและพวกธรรมาจารย์ให้ความสนใจกับการถวายเครื่องบูชาและการรักษาธรรมบัญญัติด้วยการกระทำมากกว่าการชำระจิตใจของตนให้สะอาดบริสุทธิ์ พระเจ้าทรงพอพระทัยกับจิตใจที่ชอกช้ำและจิตใจที่สำนึกผิดมากกว่าเครื่องถวายบูชา (สดุดี 51:16-17) ดังนั้นพระองค์จึงประทานธรรมบัญญัติแก่เราเพื่อเราจะกลับใจจากบาปของเราและหันไปจากความบาปนั้นผ่านธรรมบัญญัติ

น้ำพระทัยที่แท้จริงของพระเจ้าซึ่งซุกซ่อนอยู่ในธรรมบัญญัติของพระคัมภีร์เดิม

การที่คนอิสราเอลรักษาธรรมบัญญัติด้วยการกระทำภายนอกไม่ใช่เพราะว่าคนเหล่านั้นมีความรักต่อพระเจ้า แต่สิ่งที่พระเจ้าทรงต้อ

งการให้คนเหล่านั้นทำคือการชำระจิตใจของตนให้สะอาดบริสุทธิ์แ
ละพระองค์ทรงตำหนิคนเหล่านั้นอย่างรุนแรงผ่านทางผู้เผยพระวจ
นะอิสยาห์

พระเจ้าตรัสว่า "เครื่องบูชาอันมากมายของเจ้านั้นจะเป็นประโย
ชน์อะไรแก่เรา เอาเอือมแกะตัวผู้อันเป็นเครื่องเผาบูชาและไขมันข
องสัตว์ที่ขุนไว้นั้นแล้ว เรามิได้ปีติยินดีในเลือดของวัวผู้หรือลูกแกะ
หรือแพะผู้ เมื่อเจ้าเข้ามาเฝ้าเรา ผู้ใดขอให้เจ้าทำอย่างนี้ที่เหยียบย่ำเ
ข้ามาในบริเวณพระนิเวศของเรา" (อิสยาห์ 1:11-12)

ความหมายที่แท้จริงของการทำตามธรรมบัญญัติไม่ใช่อยู่ที่การ
กระทำภายนอกแต่อยู่ที่ความพร้อมภายในจิตใจ ดังนั้นพระเจ้าจึงไ
ม่ทรงปีติยินดีกับเครื่องบูชาจำนวนมากที่คนเหล่านั้นนำมาถวายเพ
ราะความเคยชินและการเข้าไปในบริเวณพระวิหารอันบริสุทธิ์ที่ผิว
เผิน ไม่ว่าเครื่องบูชาที่คนเหล่านั้นนำมาถวายจะสอดคล้องกับธรรม
บัญญัติและมากมายเพียงใดก็ตาม แต่พระเจ้าก็ไม่ทรงปีติยินดีกับสิ
งเหล่านั้นเพราะจิตใจของเขาไม่ได้สอดคล้องกับน้ำพระทัยของพระ
เจ้า

การอธิษฐานของเราก็เช่นเดียวกัน ท่าทางของเราในการ
อธิษฐานไม่ใช่สิ่งสำคัญ แต่ท่าทีในจิตใจของเราในการอธิษ
ฐานต่างหากที่สำคัญกว่า ผู้เขียนหนังสือสดุดีกล่าวไว้ในสดุดี
66:18 กล่าวไว้ว่า "ถ้าข้าพเจ้าได้บ่มความชั่วไว้ในใจข้าพเจ้า
องค์พระผู้เป็นเจ้าคงไม่ทรงสดับ"

พระเจ้าทรงอนุญาตให้ผู้คนรู้โดยทางพระเยซูว่าพระองค์ไม่ทร
งปีติยินดีกับการอธิษฐานอย่างคนหน้าซื่อใจคดหรือการแสดงออก
แต่พระองค์ทรงพอพระทัยกับการอธิษฐานที่ออกมาจากจิตใจอย่าง
แท้จริง

เมื่อท่านทั้งหลายอธิษฐาน อย่าเป็นเหมือนคนหน้าซื่อใจคด เพ

ราะเขาชอบยืนอธิษฐานในธรรมศาลาและตามถนนเพื่อจะให้คนทั้งปวงได้เห็น เราบอกความจริงแก่ท่านว่าเขาได้รับบำเหน็จของเขาแล้ว ฝ่ายท่านเมื่ออธิษฐานจงเข้าในห้องชั้นในและเมื่อปิดประตูแล้ว จงอธิษฐานต่อพระบิดาของท่านผู้ทรงสถิตในที่ลี้ลับและพระบิดาของท่านผู้ทรงเป็นในที่ลี้ลับจะทรงโปรดประทานบำเหน็จแก่ท่าน (มัทธิว 6:5-6)

ในการกลับใจจากบาปของเราก็เช่นกัน เมื่อเรากลับใจจากความบาปของเราพระเจ้าไม่ทรงต้องการให้เราฉีกเสื้อผ้าและร้องไห้คร่ำครวญเพียงอย่างเดียว แต่พระองค์ทรงต้องการให้เราฉีกหัวใจของเราออกและกลับใจด้วยหัวใจของเราอย่างแท้จริง การแสดงออกถึงการกลับใจไม่ใช่สิ่งที่สำคัญ แต่เมื่อเรากลับใจจากบาปของเราจากส่วนลึกแห่งจิตใจและหันไปจากบาปเหล่านั้นอย่างแท้จริงพระเจ้าจะทรงยอมรับการกลับใจของเรา

พระเจ้าตรัสว่า “ถึงกระนั้นก็ดี เจ้าทั้งหลายจงกลับมาหาเราเสียเดียวนี้ด้วยความเต็มใจ ด้วยการอดอาหาร ด้วยการร้องไห้และด้วยการโอดครวญ จงฉีกใจของเจ้า มิใช่ฉีกเสื้อผ้าของเจ้า จงหันกลับมาหาพระเยโฮวาห์พระเจ้าของท่านทั้งหลายเพราะว่าพระองค์ทรงกอปรด้วยพระคุณและทรงพระกรุณา ทรงกริ้วช้าและบริบูรณ์ด้วยความรักมั่นคงและทรงกลับพระทัยไม่ลงโทษ” (โยเอล 2:12-13)

กล่าวคือ พระเจ้าทรงยอมรับจิตใจของผู้ที่ประพฤติตามธรรมบัญญัติมากกว่าการกระทำตามธรรมบัญญัติ พระคัมภีร์เรียกสิ่งนี้ว่า “การเข้าสุหนัตในจิตใจ” เราสามารถเข้าสุหนัตฝ่ายร่างกายด้วยการตัดปลายหนังหุ้มองคชาตและเราสามารถเข้าสุหนัตในจิตใจด้วยการตัด (ฉีก) หัวใจของเราออก

การเข้าสุหนัตในจิตใจที่พระเจ้าทรงปรารถนา

การเข้าสุหนัตในจิตใจหมายถึงอะไร
การเข้าสุหนัตในจิตใจหมายถึง “การกำจัดและการละทิ้งความชั่วร้ายและความบาปทุกชนิดซึ่งรวมถึงการอิจฉา การริษยา อารมณ์วู่วาม ความขุ่นเคือง การล่วงประเวณี ความเท็จ การหลอกลวง การพิพากษา และการประณามที่ออกมาจากจิตใจ” เมื่อท่านกำจัดความบาปและความชั่วเหล่านี้ออกไปจากจิตใจของท่านและประพฤติตามธรรมบัญญัติ พระเจ้าจะทรงยอมรับว่าสิ่งนี้เป็นการเชื่อฟังที่สมบูรณ์แบบ

ดูก่อน คนยูดาห์และชาวกรุงเยรูซาเล็มเอ๋ย จงเอาตัวรับพิธีเข้าสุหนัตถวายแด่พระเจ้า จงตัดหนังปลายหัวใจของเจ้าเสีย เกรงว่าความกริ้วของเราจะพลุ่งออกไปอย่างไฟและเผาไหม้ไม่มีใครจะดับได้ เหตุด้วยความชั่วแห่งการกระทำทั้งหลายของเจ้า (เยเรมีย์ 4:4)

เพราะฉะนั้น จงตัดใจ อย่าดื้อดึงอีกต่อไป (เฉลยธรรมบัญญัติ 10:16)

อียิปต์ ยูดาห์ เอโดม และคนอัมโมน โมอับและทุกคนที่อาศัยอยู่ในถิ่นทุรกันดาร บรรดาคนที่โกนผมจอนหู เพราะบรรดาประชาชาติเหล่านี้มิได้รับพิธีเข้าสุหนัตและบรรดาประชาอิสราเอลก็มิได้รับพิธีเข้าสุหนัตทางใจ (เยเรมีย์ 9:26)

แล้วพระเยโฮวาห์พระเจ้าของท่านจะทรงตัดใจของท่านและใจของบุตรหลานของท่าน เพื่อท่านจะได้รักพระเยโฮวาห์พระเจ้าของท่านด้วยสุดจิตสุดใจของท่าน เพื่อท่านทั้งหลายจะมีชีวิตอยู่ได้ (เฉลยธรรมบัญญัติ 30:6)

เพราะฉะนั้นพระคัมภีร์เดิมจึงเรียกร้องให้เราเข้าสุหนัตในจิตใจของเราเพราะคนที่เข้าสุหนัตในจิตใจของตนเท่านั้นที่สามารถรักพระเจ้าด้วยสุดจิตสุดใจของเราได้

พระเจ้าทรงต้องการให้บุตรของพระองค์บริสุทธิ์และดีพร้อม พระเจ้าตรัสกับอับราฮัมในปฐมกาล 17:1 "จงดำเนินอยู่ต่อหน้าเราและเป็นคนดีพร้อม" และพระองค์ทรงบัญชาคนอิสราเอลในเลวีนิติ 19:2 ว่า "ต้องบริสุทธิ์"

ยอห์น 10:35 กล่าวว่า "ถ้าพระธรรมนั้นเรียกผู้ที่รับพระวจนะของพระเจ้าว่าเขาเป็นพระ (และจะฝ่าฝืนพระคัมภีร์ไม่ได้)" และ 2 เปโตร 1:4 กล่าวว่า "พระองค์จึงได้ทรงประทานพระสัญญาอันประเสริฐและใหญ่ยิ่งแก่เราเพื่อว่าด้วยเหตุเหล่านี้ท่านทั้งหลายจะพ้นจากความเสื่อมโทรมที่มีอยู่ในโลกนี้เพราะตัณหาและจะได้รับส่วนในสภาพของพระองค์"

ผู้คนในสมัยพระคัมภีร์เดิมรอดโดยการประพฤติตามธรรมบัญญัติแต่ในสมัยพระคัมภีร์ใหม่เรารอดโดยความเชื่อในพระเยซูคริสต์ผู้ทรงกระทำให้ธรรมบัญญัติสำเร็จด้วยความรัก

ผู้คนในสมัยพระคัมภีร์เดิมสามารถรอดโดยการประพฤติถ้าเขาไม่ได้กระทำบาป เช่น การฆ่าคน การเกลียดชัง การล่วงประเวณี และการพูดมุสา เป็นต้น แม้คนเหล่านั้นยังคงมีความปรารถนาบาปเหล่านี้ในจิตใจของตนก็ตาม ในสมัยพระคัมภีร์เดิมพระวิญญาณบริสุทธิ์ไม่ได้ทรงสถิตอยู่ในคนเหล่านั้นและเขาไม่สามารถกำจัดความปรารถนาบาปออกไปด้วยกำลังของตนได้ ดังนั้นตราบใดที่เขาไม่ได้ทำบาปด้วยการกระทำภายนอก คนเหล่านั้นจึงไม่ใช่คนบาป

แต่ในสมัยพระคัมภีร์ใหม่เราจะรอดได้ก็ต่อเมื่อเราเข้าสุหนัตภายในจิตใจของเราด้วยความเชื่อเท่านั้น พระวิญญาณบริสุทธิ์ทรงทำให้เรารู้แจ้งเรื่องความบาป ความชอบธรรม และการพิพากษาและท

รงช่วยเราให้ดำเนินชีวิตด้วยพระคำของพระเจ้าเพื่อเราจะสามารถกำจัดความเท็จและธรรมชาติบาปออกไปพร้อมทั้งเข้าสุหนัตในจิตใจของเรา

การที่คนหนึ่งรู้จักและเชื่อว่าพระเยซูเป็นพระผู้ช่วยให้รอดเพียงอย่างเดียวจะไม่ทำให้เขาได้รับความรอดโดยความเชื่อในพระเยซูคริสต์ แต่เราจะได้รับความรอดนี้เมื่อเรากำจัดความชั่วออกจากจิตใจของเราเพราะเรารักพระเจ้าและดำเนินอยู่ในความจริงโดยความเชื่อ พระเจ้าจะทรงถือว่าการกระทำเช่นนี้เป็นความเชื่อที่แท้จริงและพระองค์จะทรงนำเราไปสู่ความรอดที่สมบูรณ์รวมทั้งหนทางแห่งพระพรและคำตอบอันอัศจรรย์

วิธีการทำให้พระเจ้าพอพระทัย

การที่บุตรของพระเจ้าไม่ทำบาปถือเป็นเรื่องธรรมชาติ การกำจัดความเท็จและธรรมชาติบาปในจิตใจออกไปและการเลียนแบบความบริสุทธิ์ของพระเจ้าก็ถือเป็นเรื่องปกติเช่นเดียวกัน ถ้าท่านไม่ทำบาปแต่กลับปกปิดธรรมชาติบาปที่พระเจ้าไม่ทรงปรารถนาไว้ภายในท่าน พระเจ้าจะไม่ทรงถือว่าท่านเป็นคนชอบธรรม

เพราะเหตุนี้มัทธิว 5:27-28 จึงกล่าวว่า “ท่านทั้งหลายได้ยินคำซึ่งกล่าวไว้ว่า ‘อย่าล่วงประเวณีผัวเมียเขา’ ฝ่ายเราบอกท่านทั้งหลายว่าผู้ใดมองผู้หญิงเพื่อให้เกิดใจกำหนัดในหญิงนั้นผู้นั้นได้ล่วงประเวณีในใจกับหญิงนั้นแล้ว”

และ 1 ยอห์น 3:15 กล่าวไว้ว่า “ผู้ใดที่เกลียดชังพี่น้องของตนผู้นั้นก็เป็นผู้ฆ่าคนและท่านทั้งหลายก็รู้แล้วว่าผู้ฆ่าคนนั้นไม่มีชีวิตนิรันดร์ดำรงอยู่ในเขาเลย” พระคัมภีร์ข้อนี้เรียกร้องให้เรากำจัดความเกลียดชังออกจากจิตใจของเรา

ท่านควรปฏิบัติต่อศัตรูของท่านซึ่งเกลียดชังท่านอย่างไรเพื่อให้สอดคล้องกับน้ำพระทัยของพระเจ้า

ธรรมบัญญัติในสมัยพระคัมภีร์เดิมบอกเราว่า "ตาแทนตา ฟันแทนฟัน" กล่าวคือ ธรรมบัญญัติระบุว่า "ถ้าผู้ใดทำให้คนอื่นบาดเจ็บ เขาจะได้รับบาดาเจ็บเช่นกัน" กฎหมายนี้มีไว้เพื่อป้องกันไม่ให้คนหนึ่งทำให้อีกคนหนึ่งหรือเป็นเหตุให้อีกคนหนึ่งได้รับบาดเจ็บ ทั้งนี้ก็เพราะพระเจ้าทรงทราบว่ามนุษย์มุ่งแก้แค้นเพื่อทำให้คนอื่นได้รับบาดเจ็บมากขึ้นด้วยชั่วร้ายของตน

กษัตริย์ดาวิดได้รับการยกย่องว่าเป็นบุคคลที่มีจิตใจเหมือนพระทัยของพระเจ้า เมื่อกษัตริย์ซาอูลพยายามสังหารท่าน ดาวิดไม่ได้แก้แค้นกษัตริย์ซาอูลด้วยความชั่วร้ายมากขึ้น แต่ดาวิดกลับปฏิบัติต่อซาอูลด้วยความดีงามจนวินาทีสุดท้าย ดาวิดมองเห็นความหมายที่แท้จริงซึ่งซุกซ่อนอยู่ในธรรมบัญญัติและดำเนินชีวิตตามพระคำของพระเจ้าเท่านั้น

เจ้าอย่าแก้แค้นหรือผูกพยาบาทลูกหลานญาติพี่น้องของเจ้า แต่เจ้าจงรักเพื่อนบ้านเหมือนรักตนเอง เราคือพระเจ้า (เลวีนิติ 19:18)

อย่าเปรมปรีดิ์เมื่อศัตรูของเจ้าล้มและอย่าให้ใจของเจ้ายินดีเมื่อเขาสะดุด (สุภาษิต 24:17)

ถ้าศัตรูของเจ้าหิว จงให้อาหารเขารับประทาน และถ้าเขากระหาย จงให้น้ำเขาดื่ม (สุภาษิต 25:21)

ท่านทั้งหลายได้ยินคำซึ่งกล่าวไว้ว่า 'จงรักคนสนิทและเกลียดชังศัตรู' ฝ่ายเราบอกท่านว่า จงรักศัตรูของท่านและจงอธิษฐานเพื่อผู้ที่ข่มเหงท่าน (มัทธิว 5:43-44)

จากพระคัมภีร์ข้อต่าง ๆ เหล่านี้ถ้าท่านเป็นคนที่ประพฤติตามธรรมบัญญัติแต่ไม่ยกโทษให้กับคนที่ทำผิดต่อท่าน พระเจ้าจะไม่ทรงพอพระทัยในตัวท่าน ทั้งนี้ก็เพราะว่าพระเจ้าทรงกำชับให้เรารักศัต

รูของเรา เมื่อท่านประพฤติตามธรรมบัญญัติและประพฤติด้วยหัวใจที่พระเจ้าทรงปรารถนาให้ท่านมี พระเจ้าทรงถือว่าท่านเชื่อฟังพระคำของพระองค์อย่างครบถ้วน

ธรรมบัญญัติเป็นเครื่องหมายแห่งความรักของพระเจ้า

พระเจ้าแห่งความรักทรงปรารถนาที่จะประทานพระพรแก่เราอย่างไม่สิ้นสุด แต่เพราะพระองค์ทรงเป็นพระเจ้าแห่งความยุติธรรม พระเจ้าจึงไม่มีทางเลือกอื่นใดนอกจากจะทรงตอบแทนความบาปที่เรากระทำด้วยความชั่วร้าย เพราะเหตุนี้ผู้คนที่เชื่อในพระเจ้าบางคนจึงประสบกับโรคภัยไข้เจ็บ อุบัติเหตุ และภัยพิบัติเมื่อเขาไม่ได้ดำเนินชีวิตด้วยพระคำของพระองค์

พระเจ้าทรงมอบคำบัญชาจำนวนมากให้กับเราด้วยความรักของพระองค์เพื่อปกป้องเราให้พ้นจากการทดลองและความเจ็บปวดเหล่านั้น พ่อแม่สั่งลูกของตนให้ทำอะไรบ้างเพื่อป้องกันลูกให้พ้นจากโรคภัยและอุบัติเหตุ

"จงล้างมือเมื่อลูกกลับมาถึงบ้าน"

"จงแปรงฟันหลังจากลูกกินอาหารเสร็จ"

"จงมองซ้ายมองขวาให้รอบคอบเมื่อลูกข้ามถนน"

พระเจ้าทรงสั่งให้เราประพฤติตามธรรมบัญญัติและข้อห้ามต่างๆ ด้วยความรักเพื่อประโยชน์ของเราเช่นกัน (เฉลยธรรมบัญญัติ 10:13) การรักษาและการประพฤติตามพระคำของพระเจ้าเป็นเหมือนการมีแสงโคมส่องทางชีวิตให้กับเรา ไม่ว่าหนทางนั้นจะมืดมิดเพียงใดก็ตามเราสามารถเดินไปสู่เป้าหมายของเราโดยปลอดภัยได้ด้วยแสงโคมดังกล่าว ในทำนองเดียวกัน เมื่อพระเจ้าทรงเป็นความสว่างให้กับเรา เราก็จะได้รับการปกป้องพร้อมทั้งชื่นชมกับสิทธิพิเศ

ษและพระพรแห่งการเป็นบุตรของพระเจ้า

พระเจ้าทรงปีติยินดีเมื่อพระองค์ทรงปกป้องคุ้มครองบุตรของพระเจ้าที่เชื่อฟังพระคำของพระองค์ด้วยพระเนตรที่ลุกโพลงของพระองค์และประทานสิ่งสารพัดที่คนเหล่านั้นทูลขอ ผู้คนที่เป็นบุตรของพระเจ้าสามารถเปลี่ยนจิตใจของตนให้เป็นจิตใจที่บริสุทธิ์และดีงามและมีจิตใจเหมือนพระทัยของพระเจ้าได้เช่นกันตราบใดที่คนเหล่านี้รักษาและเชื่อฟังพระคำของพระองค์ บุตรของพระเจ้าสามารถสัมผัสถึงความลึกซึ้งแห่งความรักของพระเจ้าและรักพระองค์มากยิ่งขึ้นเช่นกัน

ด้วยเหตุนี้ ธรรมบัญญัติที่พระเจ้าประทานให้กับเราจึงเป็นเหมือนหนังสือคู่มือแห่งความรักซึ่งเสนอแนะแนวทางของการรับพระพรที่ดีที่สุดสำหรับเราซึ่งกำลังถูกพระเจ้าทรงฝึดร่อนในโลกนี้ ธรรมบัญญัติของพระเจ้าไม่ได้เป็นภาระแก่เราแต่เป็นสิ่งที่ปกป้องเราให้พ้นจากภัยพิบัติทุกชนิดในโลกนี้ซึ่งอยู่ภายใต้การปกครองของผีมารซาตานและนำเราไปสู่หนทางแห่งพระพร

พระเยซูทรงทำให้ธรรมบัญญัติสำเร็จด้วยความรัก

ในเฉลยธรรมบัญญัติ 19:19-21 เราพบว่าในสมัยพระคัมภีร์เดิมเมื่อผู้คนทำบาปด้วยตาของตนตาของคนเหล่านั้นจะถูกควักออกมา เมื่อคนเหล่านั้นทำบาปด้วยมือหรือเท้า มือหรือเท้าของเขาจะถูกตัดทิ้งไป เมื่อเขาฆ่าคนและล่วงประเวณี คนเหล่านั้นจะถูกหินขว้างให้ตาย

กฎของมิติฝ่ายวิญญาณระบุว่าผลของความบาปคือความตาย เพราะเหตุนี้พระเจ้าจึงทรงลงโทษผู้คนที่ทำบาปซึ่งไม่อาจยกโทษให้ได้อย่างรุนแรง ดังนั้นพระองค์ทรงต้องการที่จะเตือนผู้คนอีกมากมา

ยไม่ให้ทำบาปแบบเดียวกัน

แต่พระเจ้าแห่งความรักไม่ทรงพอพระทัยกับความเชื่อของเขาซึ่งติดยึดอยู่กับธรรมบัญญัติที่ระบุว่า "ตาต่อตา ฟันต่อฟัน" ตรงกันข้าม พระองค์ทรงเน้นซ้ำแล้วซ้ำอีกในพระคัมภีร์เดิมว่าคนเหล่านั้นควรเข้าสุหนัตในจิตใจของตน พระเจ้าไม่ทรงปรารถนาให้ประชากรของพระองค์พบกับความเจ็บปวดเนื่องจากธรรมบัญญัติ ดังนั้นเมื่อถึงเวลาพระเจ้าจึงทรงส่งพระเยซูเข้ามาในโลกนี้และทรงให้พระองค์แบกรับความบาปทั้งสิ้นของมนุษย์เอาไว้และพระเยซูทรงทำให้ธรรมบัญญัติสำเร็จด้วยความรัก

ถ้าพระเยซูไม่ถูกตรึงบนไม้กางเขน มือและเท้าของเราคงต้องถูกตัดทิ้งไปเมื่อเราทำบาปด้วยมือและเท้า แต่พระเยซูทรงถูกตรึงบนกางเขนและทรงหลั่งพระโลหิตอันประเสริฐของพระองค์โดยพระหัตถ์และพระบาทของพระองค์ถูกตอกด้วยตะปูเพื่อชำระเราให้พ้นจากบาปที่เราทำด้วยมือและเท้าของเรา วันนี้เราจึงไม่จำเป็นต้องตัดมือและเท้าของเราทิ้งเนื่องจากความรักอันยิ่งใหญ่ของพระเจ้า

พระเยซูผู้ทรงเป็นอันหนึ่งอันเดียวกันกับพระเจ้าแห่งความรักได้เสด็จเข้ามาในโลกและทรงทำให้ธรรมบัญญัติสำเร็จด้วยความรัก พระเยซูทรงดำเนินชีวิตที่เป็นแบบอย่างในการรักษาธรรมบัญญัติทั้งสิ้นของพระเจ้า

อย่างไรก็ตาม แม้พระองค์ทรงรักษาธรรมบัญญัติอย่างครบถ้วน แต่พระเยซูไม่ทรงพิพากษาผู้คนที่ไม่ได้รักษาธรรมบัญญัติ พระองค์ไม่เคยตรัสว่า "ท่านล่วงละเมิดธรรมบัญญัติและตกอยู่ในหนทางแห่งความตาย" ตรงกันข้าม พระองค์ทรงสั่งสอนความจริงให้กับผู้คนทั้งกลางวันและกลางคืนเพื่อให้ดวงวิญญาณอีกดวงหนึ่งจะกลับใจจากบาปของตนและไปถึงความรอด พระเยซูทรงรักษาผู้คนที่ถูกรุมเร้าด้วยความเจ็บไข้และโรคภัยให้หายและทรงปลดปล่อยผู้ค

นที่ถูกผีเข้าสิงให้เป็นอิสระอย่างไม่หยุดหย่อน

ความรักของพระเยซูปรากฏให้เห็นอย่างเด่นชัดเมื่อพวกฟาริสีและพวกธรรมาจารย์นำตัวผู้หญิงคนหนึ่งซึ่งถูกจับฐานล่วงประเวณีมาหาพระองค์ พระธรรมยอห์นบทที่ 8 ระบุว่าพวกธรรมาจารย์และพวกฟาริสีพาผู้หญิงมาหาพระองค์และทูลพระองค์ว่า "ในธรรมบัญญัตินั้นโมเสสสั่งให้เราเอาหินขว้างคนเช่นนี้ให้ตาย ส่วนท่านจะว่าอย่างไรในเรื่องนี้" (ข้อ 5) พระองค์ตรัสตอบเขาว่า "ผู้ใดในพวกท่านที่ไม่มีผิดก็ให้ผู้นั้นเอาหินขว้างเขาก่อน" (ข้อ 7)

เหตุผลที่พระเยซูทรงตั้งคำถามกับคนเหล่านั้นก็เพราะว่าพระองค์ทรงต้องการที่จะกระตุ้นให้เขารู้ว่าไม่ใช่เฉพาะผู้คนหญิงคนนั้นเท่านั้นที่เป็นคนบาปต่อพระพักตร์ของพระเจ้าแต่พวกฟาริสีและพวกธรรมาจารย์เองก็เป็นคนบาปด้วยเช่นกันและไม่มีใครสามารถพิพากษาคนอื่นได้ เมื่อประชาชนได้ยินเช่นนั้นเขาจึงสำนึกถึงความผิดบาปของตนและเดินจากไปทีละคน ๆ โดยเริ่มจากคนเฒ่าคนแก่จนไม่มีคนเหลืออยู่ที่นั่นนอกจากพระเยซูและผู้หญิงคนนั้น

เมื่อทรงเห็นว่าไม่มีใครอยู่ที่นั่นแล้วพระเยซูจึงตรัสกับผู้หญิงคนนั้นว่า "หญิงเอ๋ย พวกเขาไปไหนหมด ไม่มีใครเอาโทษเจ้าหรือ" (ข้อ 10) ผู้หญิงคนนั้นทูลว่า "พระองค์เจ้าข้า ไม่มีผู้ใดเลย" และพระเยซูตรัสกับเธอว่า "เราก็ไม่เอาโทษเจ้าเหมือนกัน จงไปเถิดและอย่าทำผิดอีก" (ข้อ 11)

เมื่อผู้หญิงคนนั้นถูกนำตัวมาหาพระเยซูและความบาปที่ไม่อาจยกโทษให้ได้ของเธอถูกเปิดโปงออกมา เธอกำลังตกอยู่ในความกลัว ดังนั้นเมื่อพระเยซูทรงยกโทษให้กับเธอลองคิดดูซิว่าน้ำตาแห่งความรู้สึกขอบพระคุณของผู้หญิงคนนั้นจะมากมายเพียงใด เมื่อใดก็ตามที่เธอระลึกถึงการยกโทษและความรักครั้งนี้ของพระเยซู เธอคงไม่กล้าล่วงละเมิดธรรมบัญญัติหรือทำบาปอีก การยกโทษเกิดขึ้นได้เ

พราะเธอพบกับพระเยซูผู้ทรงทำให้ธรรมบัญญัติสำเร็จด้วยความรัก

พระเยซูทรงทำให้ธรรมบัญญัติสำเร็จด้วยความรักไม่ใช่เพื่อผู้หญิงคนนี้เพียงคนเดียวแต่เพื่อมนุษย์ทุกคนด้วย พระองค์ไม่ได้ทรงเสียดายชีวิตของพระองค์แต่กลับทรงสละชีวิตของพระองค์บนไม้กางเขนเพื่อคนบาปด้วยพระทัยของผู้เป็นบิดามารดาซึ่งไม่เสียดายชีวิตของตนเพื่อจะช่วยลูกให้รอดพ้นจากการจมน้ำตาย

พระเยซูทรงปราศจากตำหนิและไร้มลทินและทรงเป็นพระบุตรองค์เดียวของพระเจ้า แต่พระองค์กลับทรงรับเอาความทุกข์ทรมานอย่างแสนสาหัส หลั่งพระโลหิตของพระองค์ และสละชีวิตของพระองค์บนไม้กางเขนเพื่อเราผู้เป็นคนบาป การตรึงบนกางเขนของพระเยซูจึงเป็นช่วงเวลาที่น่าสะเทือนใจที่สุดของการสำแดงถึงความรักอันยิ่งใหญ่ที่สุดในประวัติศาสตร์ของมนุษย์

เมื่อพลังอำนาจแห่งความรักของพระองค์ลงมาเหนือเรา เราก็มีพลังที่จะประพฤติตามธรรมบัญญัติอย่างครบถ้วนและสามารถทำให้ธรรมบัญญัติสำเร็จด้วยความรักเหมือนที่พระเยซูได้ทรงกระทำ

ถ้าสมมติว่าพระเยซูไม่ได้กระทำให้ธรรมบัญญัติสำเร็จด้วยความรัก แต่กลับทรงพิพากษาและประณามทุกคนด้วยธรรมบัญญัติพร้อมทั้งหันพระพักตร์ไปจากคนบาป จะมีมนุษย์สักกี่คนในโลกนี้ที่จะรอด เหมือนที่พระคัมภีร์บันทึกไว้ว่า “ไม่มีผู้ใดเป็นคนชอบธรรมสักคนเดียว ไม่มีเลย” (โรม 3:10) ไม่มีผู้ใดรอดเลย

ด้วยเหตุนี้ บุตรของพระเจ้าที่ได้รับการยกโทษด้วยความรักอันยิ่งใหญ่ของพระองค์จึงไม่ควรรักพระองค์ด้วยการรักษาธรรมบัญญัติของพระองค์ด้วยใจถ่อมเพียงอย่างเดียวแต่บุตรของพระเจ้าต้องรักเพื่อนบ้านเหมือนรักตนพร้อมทั้งรับใช้และยกโทษให้กับคนเหล่านั้นด้วยเช่นกัน

ผู้คนที่พิพากษาตัดสินคนอื่นด้วยธรรมบัญญัติ

พระเยซูทรงทำให้ธรรมบัญญัติสำเร็จด้วยความรักและทรงเป็นพระผู้ช่วยให้รอดของมนุษย์ทุกคน แต่พวกฟาริสีและพวกธรรมาจารย์ทำอะไร คนเหล่านี้ยืนกรานในเรื่องการประพฤติตามธรรมบัญญัติด้วยการกระทำแทนการชำระจิตใจของตนให้บริสุทธิ์ตามที่พระเจ้าทรงปรารถนา คนเหล่านี้คิดว่าตนเป็นผู้ที่ประพฤติตามธรรมบัญญัติอย่างครบถ้วน นอกจากนั้น คนเหล่านี้ไม่ยอมยกโทษให้กับผู้คนที่ไม่ได้ประพฤติตามธรรมบัญญัติแต่กลับพิพากษาตัดสินใจคนเหล่านั้น

แต่พระเจ้าของเราไม่เคยมีพระประสงค์ให้เราพิพากษาตัดสินคนอื่นอย่างไร้ความรักและความเมตตา พระองค์ไม่ทรงปรารถนาให้เราเป็นทุกข์กับการประพฤติตามธรรมบัญญัติโดยไม่มีประสบการณ์กับความรักของพระเจ้าด้วยเช่นกัน ถ้าเราประพฤติตามธรรมบัญญัติแต่ไม่เข้าใจพระทัยของพระเจ้าและไม่ได้ประพฤติตามด้วยความรัก สิ่งนี้จะไม่เป็นประโยชน์อะไรกับเรา

แม้ข้าพเจ้าจะเผยพระวจนะได้และเข้าใจในความล้ำลึกทั้งปวงและมีความรู้ทั้งสิ้นและมีความเชื่อมากยิ่งที่สุดพอจะยกภูเขาไปได้ แต่ไม่มีความรัก ข้าพเจ้าก็ไม่มีค่าอะไรเลย แม้ข้าพเจ้าจะสละของสารพัดหรือยอมให้เอาตัวข้าพเจ้าไปเผาไฟเสีย แต่ไม่มีความรักจะหาเป็นประโยชน์แก่ข้าพเจ้าไม่ (1 โครินธ์ 13:2-3)

พระเจ้าทรงเป็นความรักและพระองค์ทรงปีติยินดีในการอวยพระพรเราเมื่อเรากระทำสิ่งสารพัดด้วยความรัก ในสมัยของพระเยซูพวกฟาริสีไม่มีความรักในจิตใจของตนเมื่อเขาประพฤติตามธรรมบัญญัติด้วยการกระทำและสิ่งนั้นไม่เป็นประโยชน์อะไรกับเขาเลย คนเหล่านั้นพิพากษาตัดสินคนอื่นด้วยความรู้ในธรรมบัญญัติ การก

ระทำดังกล่าวเป็นเหตุให้เขาเหินห่างจากพระเจ้าและนำไปสู่การตรึงพระบุตรของพระองค์

เมื่อท่านเข้าใจน้ำพระทัยที่แท้จริงของพระเจ้าที่ซุกซ่อนอยู่ในธรรมบัญญัติ

แม้แต่ในสมัยพระคัมภีร์เดิม มีบิดาแห่งความเชื่อหลายคนที่เข้าใจถึงน้ำพระทัยที่แท้จริงของพระเจ้าที่ซ่อนอยู่ในธรรมบัญญัติ บิดาแห่งความเชื่อเหล่านั้นรวมถึงอับราฮัม โยเซฟ โมเสส ดาวิด และเอลียาห์ คนเหล่านี้ไม่เพียงแต่รักษาธรรมบัญญัติเท่านั้น แต่ท่านเหล่านั้นยังพยายามเป็นบุตรที่แท้จริงของพระเจ้าด้วยการเข้าสุหนัตในจิตใจของตนอย่างต่อเนื่องด้วยเช่นกัน

แต่เมื่อพระเจ้าทรงส่งพระเยซูเข้ามาในโลกในฐานะพระเมสสิยาห์เพื่อบอกให้ชาวยิวรู้เกี่ยวกับพระเจ้าของอับราฮัม พระเจ้าของอิสอัค และพระเจ้าของยาโคบ แต่คนเหล่านั้นกลับไม่รู้จักพระองค์เพราะความมืดบอดที่เกิดจากกรอบแนวคิดเรื่องธรรมเนียมปฏิบัติของพวกผู้ใหญ่และการประพฤติตามธรรมบัญญัติด้วยการกระทำภายนอก

เพื่อยืนยันว่าพระองค์ทรงเป็นพระบุตรของพระเจ้า พระเยซูได้ทรงกระทำการอัศจรรย์และหมายสำคัญมากมายด้วยฤทธิ์อำนาจของพระเจ้า แต่คนเหล่านั้นไม่รู้จักหรือไม่ยอมรับว่าพระองค์ทรงเป็นพระเมสสิยาห์

แต่สำหรับชาวยิวที่มีจิตใจดีงามจะไม่เป็นเช่นนั้น เมื่อชาวยิวเหล่านั้นได้ยินคำเทศนาของพระเยซูคนเหล่านั้นก็เชื่อในพระองค์ เมื่อเขาเห็นหมายสำคัญที่พระเยซูทรงกระทำคนเหล่านั้นเชื่อว่าพระเจ้าทรงสถิตอยู่กับพระองค์ ในพระกิตติคุณยอห์นบทที่ 3 มีฟาริสีคนหนึ่งชื่อ "นิโคเดมัส" มาหาพระเยซูในเวลากลางคืนและทูลพระองค์ว่า

ท่านอาจารย์เจ้าข้า พวกข้าพเจ้าทราบอยู่ว่าท่านเป็นครูที่มาจากพระเจ้า เพราะไม่มีผู้ใดกระทำหมายสำคัญซึ่งท่านได้กระทำนั้นได้ นอกจากว่าพระเจ้าทรงสถิตอยู่ด้วย
(ยอห์น 3:2)

พระเจ้าแห่งความรักทรงรอคอยการกลับมาของอิสราเอล

เพราะเหตุใดชาวยิวส่วนใหญ่จึงไม่รู้ว่าพระเยซูผู้เสด็จเข้ามาในโลกคือพระผู้ช่วยให้รอด คนเหล่านี้สร้างกรอบแนวคิดเรื่องธรรมบัญญัติขึ้นในความคิดของตนโดยเชื่อว่าตนรักและรับใช้พระเจ้าและไม่พร้อมที่จะยอมรับสิ่งต่าง ๆ ที่ไม่เป็นไปตามกรอบแนวคิดของตน

ก่อนพบกับพระเยซูองค์พระผู้เป็นเจ้า เปาโลเคยเชื่ออย่างหนักแน่นว่าการประพฤติตามธรรมบัญญัติและธรรมเนียมปฏิบัติของพวกผู้ใหญ่คือการรักและรับใช้พระเจ้า เพราะเหตุนี้ท่านจึงไม่ยอมรับว่าพระเยซูทรงเป็นองค์พระผู้เป็นเจ้าแต่กลับข่มเหงพระองค์และผู้คนที่เชื่อในพระองค์ หลังจากท่านพบกับพระเยซูองค์พระผู้เป็นเจ้าที่เป็นขึ้นมาจากความตายบนเส้นทางไปยังเมืองดามัสกัส กรอบแนวคิดเดิมของท่านจึงแตกออกเป็นเสี่ยง ๆ และเปาโลกลายเป็นอัครทูตของพระเยซูคริสต์องค์พระผู้เป็นเจ้า จากเวลานั้นเป็นต้นมาท่านได้สละชีวิตของตนเพื่อองค์พระผู้เป็นเจ้า

ความปรารถนาที่จะรักษาธรรมบัญญัตินี้ถือเป็นสิ่งที่ลึกซึ้งที่สุดในชีวิตของชาวยิวและเป็นจุดแข็งของการเป็นชนชาติที่พระเจ้าเลือกสรร ดังนั้นทันทีที่ชาวยิวเริ่มรู้จักน้ำพระทัยที่แท้จริงของพระเจ้าที่ซุกซ่อนอยู่ในธรรมบัญญัติคนเหล่านี้จะรักพระเจ้ามากกว่าชนชาติหรือเผ่าพันธุ์อื่นและจะสัตย์ซื่อต่อพระองค์ด้วยชีวิตของตน

เมื่อพระเจ้าทรงนำชนชาติอิสราเอลออกจากอียิปต์พระองค์ทรง

มอบธรรมบัญญัติและคำบัญชาให้กับคนเหล่านี้ผ่านทางโมเสสพร้อมกับตรัสกับเขาในสิ่งที่พระองค์ต้องการให้เขากระทำ พระเจ้าทรงสัญญากับคนอิสราเอลว่าถ้าเขารักพระเจ้า เข้าสุหนัตในจิตใจของตนและดำเนินชีวิตตามน้ำพระทัยของพระองค์ พระเจ้าจะทรงสถิตอยู่กับเขาและประทานพระพรอันยิ่งใหญ่แก่เขา

และท่านก็จะหันกลับมาหาพระเยโฮวาห์พระเจ้าของท่านทั้งตัวท่านและลูกหลานของท่านและเชื่อฟังพระสุรเสียงของพระองค์ในทุกสิ่งทุกอย่างที่ข้าพเจ้าได้บัญชาท่านในวันนี้ด้วยสุดจิตสุดใจของท่าน แล้วพระเยโฮวาห์พระเจ้าของท่านทั้งหลายจะทรงให้ท่านคืนสู่สภาพเดิมและทรงพระกรุณาต่อท่านและจะรวบรวมพวกท่านทั้งหลายอีกจากชนชาติทั้งหลายซึ่งพระเยโฮวาห์พระเจ้าของท่านทรงให้ท่านทั้งหลายกระจายไปอยู่นั้น ถ้ามีคนของท่านที่ถูกขับไล่ไปอยู่สุดท้ายปลายสวรรค์ จากที่นั่นพระเยโฮวาห์พระเจ้าของท่านจะทรงรวบรวมท่านให้มา จากที่นั่นพระองค์จะทรงนำท่านกลับและพระเยโฮวาห์พระเจ้าของท่านจะนำท่านเข้ามาในแผ่นดินซึ่งบรรพบุรุษของท่านยึดครองเพื่อท่านจะได้ยึดครองและพระองค์จะทรงกระทำให้ท่านทั้งหลายจำเริญมั่งคั่งและทวีมากขึ้นยิ่งกว่าบรรพบุรุษของท่าน แล้วพระเยโฮวาห์พระเจ้าของท่านจะทรงตัดใจของท่านและใจของบุตรหลานของท่านเพื่อท่านจะได้รักพระเยโฮวาห์พระเจ้าของท่านด้วยสุดจิตสุดใจเพื่อท่านทั้งหลายจะมีชีวิตอยู่ได้และพระเยโฮวาห์พระเจ้าของท่านจะทรงให้คำสาปแช่งเหล่านี้ตกอยู่บนข้าศึกและศัตรูผู้ข่มเหงท่านทั้งหลาย และท่านทั้งหลายจะฟังเสียงของพระเจ้าอีกและรักษาพระบัญญัติทั้งสิ้นของพระองค์ซึ่งข้าพเจ้าบัญชาท่านทั้งหลายในวันนี้ (เฉลยธรรมบัญญัติ 30:2-8)

เมื่อพระเจ้าทรงสัญญาถ้อยคำเหล่านี้กับอิสราเอลชนชาติที่พระองค์ทรงเลือกพระองค์ได้ทรงรวบรวมประชากรของพระองค์ที่กระจั

ดกระจายอยู่ทั่วโลกพร้อมกับทรงนำคนเหล่านั้นกลับสู่ประเทศของตนในช่วงเวลาสองสามพันปีและทรงเชิดชูคนเหล่านี้ไว้เหนือบรรดาประชาชาติของแผ่นดินโลก ถึงกระนั้น อิสราเอลก็ยังไม่รู้ถึงความรักอันยิ่งใหญ่ของพระเจ้าผ่านทางไม้กางเขนรวมทั้งการจัดเตรียมอันอัศจรรย์ของพระองค์ในการสร้างและการฝัดร่อนมนุษย์ แต่คนเหล่านั้นยังคงประพฤติตามธรรมบัญญัติและธรรมเนียมปฏิบัติของพวกผู้ใหญ่ด้วยการกระทำภายนอกอย่างต่อเนื่อง

พระเจ้าแห่งความรักยังทรงปรารถนาและทรงรอคอยคนเหล่านี้ให้ละทิ้งความเชื่อที่บิดเบือนของตนและรับการเปลี่ยนแปลงเป็นบุตรที่แท้จริงของพระเจ้าให้เร็วที่สุดเท่าที่จะเร็วได้ อันดับแรก คนเหล่านี้ต้องเปิดจิตใจของตนออกและต้อนรับเอาพระเยซูผู้ซึ่งพระเจ้าทรงส่งมาเพื่อให้เป็นพระผู้ช่วยให้รอดของมนุษย์ทั้งปวงและรับเอาการอภัยโทษบาปของตน จากนั้นคนเหล่านี้ต้องรู้จักน้ำพระทัยที่แท้จริงของพระเจ้าที่ซ่อนอยู่ในธรรมบัญญัติและมีความเชื่อที่แท้จริงด้วยการรักษาพระคำของพระเจ้าอย่างขยันหมั่นเพียรโดยการเข้าสุหนัตในจิตใจของตนเพื่อเขาจะไปถึงความรอดที่สมบูรณ์

ข้าพเจ้าอธิษฐานอย่างร้อนรนเพื่อว่าอิสราเอลจะรื้อฟื้นพระฉายาของพระเจ้าที่สูญหายไปกลับคืนมาใหม่โดยผ่านความเชื่อที่พระเจ้าพอพระทัยและกลายเป็นบุตรที่แท้จริงของพระองค์เพื่อคนเหล่านี้จะชื่นชมกับพระพรทั้งสิ้นที่พระเจ้าทรงสัญญาไว้และเข้าสู่สง่าราศีแห่งสวรรค์นิรันดร์

วิหารหินศักดิ์สิทธิ์ (โดม ออฟ ร็อก) มัสยิดของชาวมุสลิมซึ่งตั้งอยู่ในเขตนครเยรูซาเล็มเก่าอันศักดิ์สิทธิ์

บททึ่ 4

จงฟังและจงเฝ้าระวัง

สู่วาระสุดท้ายของโลก

พระคัมภีร์อธิบายให้เราทราบอย่างชัดเจนถึงจุดเริ่มต้นและวาระสิ้นสุดแห่งประวัติศาสตร์ของมนุษย์ บัดนี้พระเจ้าตรัสกับเราผ่านทางพระคัมภีร์เกี่ยวกับประวัติศาสตร์แห่งการฝึดร่อนมนุษย์ของพระองค์มาเป็นมาเวลาเกือบสองถึงสามพันปี ประวัติศาสตร์เริ่มต้นกับการสร้างอาดัมไว้บนแผ่นดินโลกและจะสิ้นสุดลงที่การเสด็จกลับมาครั้งที่สองในฟ้าอากาศขององค์พระผู้เป็นเจ้า

ตอนนี้เป็นเวลาเท่าไหร่ในนาฬิกาแห่งประวัติศาสตร์การฝัดร่อนมนุษย์ของพระเจ้าและเหลืออีกกี่วันและอีกกี่ชั่วโมงก่อนที่เข็มนาฬิกาจะเดินไปถึงวินาทีสุดท้ายแห่งการฝัดร่อนมนุษย์ ตอนนี้ขอให้เราเจาะลึกถึงแผนการของพระเจ้าแห่งความรักและน้ำพระทัยของพระองค์ในการนำอิสราเอลไปสู่หนทางแห่งความรอด

ความสำเร็จตามคำพยากรณ์ของพระคัมภีร์ในห้วงประวัติศาสตร์ของมนุษย์

ในพระคัมภีร์มีคำพยากรณ์อยู่มากมายและคำพยากรณ์เหล่านั้นล้วนเป็นพระดำรัสของพระเจ้าพระผู้สร้างผู้ยิ่งใหญ่เหมือนที่อิสยาห์ 55:11 กล่าวไว้ว่า “คำของเราซึ่งออกไปจากปากของเราจะไม่กลับมาสู่เราเปล่า แต่จะสัมฤทธิ์ผลซึ่งเรามุ่งหมายไว้และให้สิ่งซึ่งเราใช้ไปทำนั้นจำเริญขึ้นฉันนั้น” เท่าที่ผ่านมาพระคำของพระเจ้าสำเร็จเป็นจริงมาโดยตลอดและพระคำเหล่านี้จะสำเร็จเป็นจริงทุกถ้อยคำ

ประวัติศาสตร์ของอิสราเอลยืนยันอย่างชัดเจนว่าคำพยากรณ์ทั้ง

สิ้นของพระคัมภีร์สำเร็จเป็นจริงอย่างแม่นยำโดยไม่มีข้อผิดพลาดแม้แต่นิดเดียว ประวัติศาสตร์ของอิสราเอลสำเร็จลุล่วงตามคำพยากรณ์ที่บันทึกไว้ในพระคัมภีร์ นับจากการตกเป็นทาสในอียิปต์สี่ร้อยปีและการอพยพ การเข้าสู่แผ่นดินคานาอันที่อุดมไปด้วยน้ำผึ้งและน้ำนม การแบ่งแยกเป็นสองอาณาจักร (อิสราเอลและยูดาห์) และการล่มสลายของอาณาจักรเหล่านี้ การตกไปเป็นเชลยที่บาบิโลน การเดินทางกลับจากการเป็นเชลย การบังเกิดของพระเมสสิยาห์ การตรึงพระเมสสิยาห์ การล่มสลายและการกระจัดกระจายออกไปทั่วโลกของอิสราเอลไปจนถึงการสร้างประเทศขึ้นใหม่และความเป็นเอกราชของอิสราเอล

ประวัติศาสตร์ของมนุษย์อยู่ภายใต้การควบคุมของพระเจ้าผู้ยิ่งใหญ่และเมื่อใดก็ตามที่พระองค์ทรงกระทำให้มีสิ่งสำคัญบังเกิดขึ้นพระเจ้าจะตรัสกับคนของพระองค์ไว้ล่วงหน้าถึงสิ่งที่จะเกิดขึ้น (อาโมส 3:7) พระเจ้าตรัสกับโนอาห์ (ซึ่งเป็นคนชอบธรรมและปราศจากตำหนิในสมัยของท่าน) ไว้ล่วงหน้าว่าจะเกิดน้ำท่วมใหญ่ที่จะทำลายโลกทั้งโลก พระองค์ตรัสกับอับราฮัมว่าเมืองโสโดมและโกโมราห์จะถูกทำลาย พระเจ้าทรงอนุญาตให้ผู้เผยพระวจนะดาเนียลและอัครทูตยอห์นรู้ถึงสิ่งที่จะอุบัติขึ้นในวาระสุดท้ายของโลก

คำพยากรณ์ส่วนใหญ่ที่บันทึกไว้ในพระคัมภีร์ล้วนสำเร็จเป็นจริงและยังมีคำพยากรณ์อื่นอีกมากมายซึ่งจะสำเร็จเป็นจริงในการเสด็จกลับมาครั้งที่สองขององค์พระผู้เป็นเจ้า จะมีบางสิ่งบางอย่างเกิดขึ้นก่อนที่เหตุการณ์นั้นจะมาถึง

หมายสำคัญของวาระสิ้นยุค

ในปัจจุบันไม่ว่าเราจะอธิบายอย่างเอาจริงเอาจังเพียงใดว่าเวลา

นี่เป็นยุคสุดท้ายคนจำนวนมากก็ไม่เชื่อ แทนที่คนเหล่านี้จะยอมรับ เขากลับคิดว่าคนที่พูดเกี่ยวกับยุคสุดท้ายเป็นคนเสียสติแล ะไม่รับฟังคนเหล่านั้น ผู้คนคิดว่าดวงอาทิตย์มีขึ้นและมีลง มนุษย์มีเกิดและมีตาย และความอารยธรรมของมนุษย์จะดำเนินไ ปเหมือนดังในอดีต

พระคัมภีร์บันทึกเกี่ยวกับยุคสุดท้ายไว้ว่า "จงรู้ข้อนี้ก่อนคือ ในกาลสุดท้ายคนที่ชอบเยาะเย้ยจะเกิดขึ้นและประพฤติตามใจปรารถนาของตนและจะถามว่า 'คำที่ทรงสัญญาไว้ว่าพระองค์จะเสด็จมานั้นอยู่ที่ไหน เพราะว่าตั้งแต่บรรพบุรุษหลับล่วงไปแล้วสิ่งทั้งปวงก็เป็นอยู่เหมือนเป็นอยู่ตั้งแต่เดิมทรงสร้างโลก'" (2 เปโตร 3:3-4)

เมื่อใดที่มีคนเกิดเมื่อนั้นก็มีคนตายฉันใด ประวัติศาสตร์ของมนุษย์ก็มีจุดเริ่มต้นและจุดสิ้นสุดด้วยฉันนั้น เมื่อถึงเวลาของพระเจ้าสิ่งสารพัดในโลกนี้จะถึงวาระสิ้นสุด

ในครั้งนั้น มีคาเอลจ้าวผู้พิทักษ์ยิ่งใหญ่ ผู้คุ้มกันชนชาติของท่านจะลุกขึ้น และจะมีเวลายากลำบากอย่างไม่เคยมีมาตั้งแต่ครั้งมีประชาชาติจนถึงสมัยนั้น แต่ในครั้งนั้นชนชาติของท่านจะรับการช่วยกู้ คือทุกคนที่มีชื่อบันทึกไว้ในหนังสือ และคนเป็นอันมากในพวกที่หลับในผลคลีแห่งแผ่นดินโลกจะตื่นขึ้น บ้างก็จะเข้าสู่ชีวิตนิรันดร์ บ้างก็เข้าสู่ความอับอายและความขายหน้านิรันดร์ และบรรดาคนที่ฉลาดจะส่องแสงเหมือนแสงฟ้าและบรรดาผู้ที่ได้ให้คนเป็นอันมากมาสู่ความชอบธรรมจะส่องแสงเหมือนอย่างดาวเป็นนิตย์นิรันดร์ แต่ตัวเจ้าดาเนียลเอ๋ย จงปิดถ้อยคำเหล่านั้นไว้และประทับตราหนังสือนั้นเสียจนถึงวาระสุดท้าย คนเป็นอันมากจะวิ่งไปวิ่งมาและความรู้จะทวีขึ้น (ดาเนียล 12:1-4)

พระเจ้าทรงพยากรณ์ถึงสิ่งที่จะเกิดขึ้นในวาระสุดท้ายผ่านทางผู้

เผยพระวจนะดาเนียล บางคนกล่าวว่าคำพยากรณ์ที่ประทานให้ผ่านทางดาเนียลสำเร็จแล้วในอดีต แต่คำพยากรณ์นี้จะสำเร็จครบถ้วนในช่วงสุดท้ายแห่งประวัติศาสตร์ของมนุษย์และสอดคล้องกับหมายสำคัญแห่งวาระสุดท้ายของโลกตามที่บันทึกไว้ในพระคัมภีร์ใหม่

คำพยากรณ์ของดาเนียลเชื่อมโยงกับการเสด็จกลับมาครั้งที่สองขององค์พระผู้เป็นเจ้า ข้อ 1 กล่าวว่า "และจะมีเวลายากลำบากอย่างไม่เคยมีมาตั้งแต่ครั้งมีประชาชาติจนถึงสมัยนั้น แต่ในครั้งนั้นชนชาติของท่านจะรับการช่วยกู้ คือทุกคนที่มีชื่อบันทึกไว้ในหนังสือ" พระคัมภีร์ข้อนี้อธิบายให้เราทราบถึงช่วงเวลาเจ็ดปีแห่งความทุกข์เวทนาครั้งใหญ่ซึ่งจะเกิดขึ้นในวาระสุดท้ายของโลกและพูดถึงความรอดอย่างทรหด

ท่อนหลังของข้อ 4 กล่าวว่า "คนเป็นอันมากจะวิ่งไปวิ่งมาและความรู้จะทวีขึ้น" ข้อความนี้บรรยายถึงการดำเนินชีวิตประจำวันของผู้คนในปัจจุบัน คำพยากรณ์ของดาเนียลไม่ได้หมายถึงการล่มสลายของอิสราเอลซึ่งเกิดขึ้นในปี ค.ศ. 70 แต่คำพยากรณ์เหล่านี้เป็นหมายสำคัญของยุคสุดท้าย

พระเยซูตรัสกับสาวกของพระองค์โดยละเอียดเกี่ยวกับหมายสำคัญของยุคสุดท้าย พระองค์ตรัสไว้ในมัทธิวบทที่ 24 ว่า "ท่านทั้งหลายจะได้ยินเสียงสงครามและข่าวลือเรื่องสงคราม เพราะประชาชาติต่อประชาชาติ ราชอาณาจักรต่อราชอาณาจักรจะต่อสู้กัน ทั้งจะเกิดกันดารอาหารและแผ่นดินไหวในที่ต่าง ๆ ผู้เผยพระวจนะปลอมหลายคนจะเกิดมีขึ้นและล่อลวงคนเป็นอันมากให้หลงไป ความรักของคนส่วนมากจะเยือกเย็นลงเพราะความอธรรมแผ่กว้างไป"

สถานการณ์ของโลกในปัจจุบันเป็นอย่างไร เราได้ยินข่าวเรื่องสงครามและข่าวลือเกี่ยวกับสงครามรวมทั้งการก่อการร้ายที่เพิ่มมากขึ้นในแต่ละวัน ประเทศและอาณาจักรต่าง ๆ ต่อสู้ซึ่งกันและกัน มีการกันดารอาหารและแผ่นดินไหวเกิดขึ้นมากมาย มีภัยพิบัติทางธรรมชาติหลายชนิดเกิดขึ้นรวมทั้งความหายนะที่เกิดจากสภาพอากาศแปรปรวน นอกจากนี้ การอธรรมต่าง ๆ แพร่ขยายออกไปทั่วโลก ความบาปและความชั่วร้ายมีอยู่อย่างดาษดื่นในโลก และความรักของผู้คนกำลังเยือกเย็นลง

หนังสือจดหมายฝากทิโมธีฉบับที่สองบันทึกเรื่องราวในลักษณะเดียวกัน

แต่จงเข้าใจข้อนี้ คือว่าในสมัยจะสิ้นยุคนั้นจะเกิดเหตุการณ์กลียุค เพราะมนุษย์จะเห็นแก่ตัว เห็นแก่เงิน เย่อหยิ่ง ยโส ชอบด่าว่า ไม่เชื่อฟังคำบิดามารดา อกตัญญู ไร้ศีลธรรม ไร้มนุษยธรรม ไม่ให้อภัย ใส่ร้ายกัน ไม่ยับยั้งชั่งใจ ดุร้าย เกลียดชังความดี ทรยศ มุทะลุ หัวสูง รักความสนุกยิ่งกว่ารักพระเจ้า ถือศาสนาแต่เปลือกนอกส่วนแก่นแท้ของศาสนาเขาไม่ยอมรับ คนเช่นนั้นท่านอย่าคบ (2 ทิโมธี 3:1-5)

ในปัจจุบันมนุษย์ไม่ชอบสิ่งที่ดีงาม แต่ผู้คนจะรักเงินและความสนุกสนาน คนจำนวนมากแสวงหาผลประโยชน์ส่วนตัว ทำความบาปและความชั่วอย่างน่าสยดสยอง เช่น การฆ่าคนและการรอบวางเพลิงอย่างไม่ลังเลหรือไร้จิตสำนึก เป็นต้น สิ่งเหล่านี้กำลังเกิดขึ้นอย่างมากมายและหลายสิ่งที่คล้ายคลึงกันกำลังเกิดขึ้นรอบข้างเราทุกวันจนจิตใจของผู้คนเริ่มชินชากับสิ่งเหล่านี้ซึ่งส่งผลให้ผู้คนส่วนใหญ่ไม่รู้สึกประหลาดใจกับสิ่งที่เกิดขึ้น เมื่อมองดูสิ่งเหล่านี้เราคงไม่ส

ามารถปฏิเสธได้ว่าห้วงประวัติศาสตร์ของมนุษย์กำลังมุ่งสู่วาระสุดท้าย

แม้แต่ประวัติศาสตร์ของอิสราเอลก็ชี้ให้เราเห็นถึงหมายสำคัญแห่งการเสด็จกลับมาขององค์พระผู้เป็นเจ้าและวาระสิ้นสุดของโลกเช่นกัน

มัทธิว 24:32-33 กล่าวว่า “จงเรียนคำเปรียบเทียบเรื่องต้นมะเดื่อ เมื่อแตกกิ่งแตกใบท่านก็รู้ว่าฤดูร้อนใกล้จะถึงแล้ว เช่นนั้นแหละเมื่อท่านทั้งหลายเห็นบรรดาสิ่งเหล่านั้นก็ให้รู้ว่าพระองค์เสด็จมาใกล้จะถึงประตูแล้ว”

คำว่า “ต้นมะเดื่อ” ในที่นี้หมายถึงอิสราเอล ในฤดูหนาวต้นไม้จะมีลักษณะเหมือนต้นไม้ตาย แต่เมื่อถึงฤดูใบไม้ผลิต้นไม้เหล่านั้นจะผลิดอกออกใบอีกครั้งหนึ่งและกิ่งก้านสาขาเจริญเติบโตพร้อมกับใบที่เขียวขจี ในทำนองเดียวกัน นับตั้งแต่การล่มสลายของอิสราเอลซึ่งเกิดขึ้นในปี ค.ศ. 70 ดูเหมือนว่าอิสราเอลได้อันตรธานไปจากแผ่นดินโลกอย่างสิ้นเชิงเป็นเวลาเกือบสองพันปี แต่เมื่อถึงเวลาของพระเจ้าอิสราเอลก็ประกาศความเป็นประเทศเอกราชของตนในวันที่ 14 พฤษภาคม 1948

สิ่งที่สำคัญยิ่งกว่านั้นก็คือความเป็นเอกราชของอิสราเอลชี้ให้เห็นว่าการเสด็จมาครั้งที่สองของพระเยซูคริสต์กำลังใกล้เข้ามา ด้วยเหตุนี้ อิสราเอลควรรู้ว่าพระเมสสิยาห์ที่เขากำลังรอคอยได้เสด็จเข้ามาในโลกและทรงเป็นพระผู้ช่วยให้รอดของมนุษย์แล้วเมื่อสองพันปีที่แล้วพร้อมกับจดจำไว้ว่าอีกไม่นานพระเยซูผู้ช่วยให้รอดองค์นี้จะเสด็จมาในฐานะผู้พิพากษาโลก

ตามคำพยากรณ์ของพระคัมภีร์จะเกิดอะไรขึ้นกับเราผู้ซึ่งอาศัยอยู่ในยุคสุดท้าย

การเสด็จกลับมาขององค์พระผู้เป็นเจ้าในฟ้าอากาศและการถูกรับขึ้นไป

เมื่อประมาณสองพันปีที่แล้วพระเยซูทรงถูกตรึงและทรงเป็นขึ้นมาจากความตายในวันที่สามโดยทรงทำลายพลังอำนาจของความตายและหลังจากนั้นพระเจ้าทรงรับพระองค์ขึ้นสู่สวรรค์พร้อมกับมีผู้คนจำนวนมากมองเห็นการเสด็จขึ้นไปของพระองค์

ชาวกาลิลีเอ๋ย เหตุไฉนท่านจึงเขม้นดูฟ้าสวรรค์ พระเยซูองค์นี้ซึ่งทรงรับไปจากท่านขึ้นไปยังสวรรค์นั้นจะเสด็จมาอีกเหมือนอย่างที่ท่านทั้งหลายได้เห็นพระองค์เสด็จไปยังสวรรค์นั้น” (กิจการ 1:11)

พระเยซูองค์พระผู้เป็นเจ้าทรงเปิดประตูแห่งความรอดสำหรับมนุษย์ผ่านการสิ้นพระชนม์บนไม้กางเขนและการเป็นขึ้นมาจากความตาย จากนั้นพระองค์ทรงถูกรับขึ้นไปสู่สวรรค์และประทับอยู่เบื้องขวาพระที่นั่งของพระเจ้าพร้อมทั้งทรงจัดเตรียมสถานที่ไว้สำหรับผู้คนที่รอด เมื่อประวัติศาสตร์ของมนุษย์สิ้นสุดลงพระองค์จะเสด็จมารับเราอีกครั้งหนึ่ง 1 เธสะโลนิกา 4:16-17 บรรยายถึงการเสด็จมาครั้งที่สองของพระเยซูไว้โดยละเอียด

ด้วยว่าองค์พระผู้เป็นเจ้าจะเสด็จมาจากสวรรค์ด้วยพระดำรัสสั่งด้วยสำเนียงเรียกของเทพบดีและด้วยเสียงแตรของพระเจ้าและคนทั้งปวงในพระคริสต์ที่ตายแล้วจะเป็นขึ้นมาก่อน หลังจากนั้นเราทั้งหลายซึ่งยังเป็นอยู่จะถูกรับขึ้นไปในเมฆพร้อมกับคนเหล่านั้นและจะได้พบองค์พระผู้เป็นเจ้าในฟ้าอากาศ อย่างนั้นแหละเราก็จะอยู่กับองค์พระผู้เป็นเจ้าเป็นนิตย์

เมื่อองค์พระผู้เป็นเจ้าเสด็จในฟ้าอากาศด้วยสง่าราศีพร้อมกับเหล่าทูตสวรรค์และเทพบริวารสิ่งนั้นจะเป็นภาพเหตุการณ์ที่สง่างามและน่าเกรงขามอย่างยิ่ง ผู้คนที่รอดจะได้รับร่างกายฝ่ายวิญญาณที

ไม่มีวันเสื่อมสลายและพบกับองค์พระผู้เป็นเจ้าในฟ้าอากาศ จากนั้นคนเหล่านี้จะร่วมเฉลิมฉลองในงานเลี้ยงสมรสเจ็ดปีพร้อมกับองค์พระผู้เป็นเจ้าผู้ทรงเป็นเจ้าบ่าวของเรา

ผู้คนที่รอดจะถูกรับขึ้นไปในฟ้าอากาศและพบกับองค์พระผู้เป็นเจ้าซึ่งเราเรียกเหตุการณ์นี้ว่า "การถูกรับขึ้นไป" อาณาจักรแห่งฟ้าอากาศนี้เป็นส่วนหนึ่งของสวรรค์ชั้นที่สองที่พระเจ้าทรงจัดเตรียมไว้สำหรับการจัดงานเลี้ยงสมรสเจ็ดปี

พระเจ้าทรงแบ่งมิติฝ่ายวิญญาณออกเป็นพื้นที่หลายแห่งและหนึ่งในพื้นที่เหล่านั้นได้แก่สวรรค์ชั้นที่สอง สวรรค์ชั้นที่สองถูกแบ่งออกเป็นสองส่วน–ได้แก่สวนเอเดนซึ่งเป็นโลกแห่งความสว่างและโลกแห่งความมืด ส่วนที่เป็นโลกแห่งความสว่างคือสถานที่ซึ่งพระเจ้าทรงจัดเตรียมไว้สำหรับการจัดงานเลี้ยงสมรสเจ็ดปี

ผู้คนที่ประดับตนเองด้วยความเชื่อซึ่งนำไปสู่ความรอดในโลกที่เต็มไปด้วยความบาปและความมืดใบนี้จะถูกรับขึ้นไปในฟ้าอากาศในฐานะเจ้าสาวขององค์พระผู้เป็นเจ้าและจะพบกับองค์พระผู้เป็นเจ้าพร้อมกับเข้าร่วมในงานเลี้ยงสมรสเจ็ดปี

ขอให้เราทั้งหลายร่าเริงยินดีและเต้นโลดถวายพระเกียรติแด่พระองค์เพราะถึงเวลามงคลสมรสของพระเมษโปดกแล้วและเจ้าสาวของพระองค์ได้เตรียมพร้อมแล้ว ทรงโปรดให้เจ้าสาวสวมผ้าป่านเนื้อดีนั้นได้แก่การประพฤติอันชอบธรรมของพวกธรรมิกชน และทูตสวรรค์องค์นั้นสั่งข้าพเจ้าว่า "จงเขียนไว้เถิดว่า ความเจริญสุขมีแก่คนทั้งหลายที่ได้รับเชิญมาในการมงคลสมรสของพระเมษโปดก" และท่านบอกข้าพเจ้าว่า "ถ้อยคำเหล่านั้นเป็นพระวจนะแท้ของพระเจ้า" (วิวรณ์ 19:7-9)

ผู้คนที่จะถูกรับขึ้นไปในฟ้าอากาศจะได้รับการเล้าโลมใจในช่วงงานเลี้ยงสมรสกับองค์พระผู้เป็นเจ้าเพราะคนเหล่านี้มีชัยชนะเหนื

อโลกด้วยความเชื่อในขณะที่ผู้คนซึ่งไม่ถูกรับขึ้นไปจะประสบกับความทุกข์ทรมานอย่างแสนสาหัสจากผีมารซาตานในช่วงแห่งความทุกข์เวทนาซึ่งมารจะถูกขับไล่ไปอยู่ในแผ่นดินโลกในช่วงการเสด็จกลับมาครั้งที่สองในฟ้าอากาศขององค์พระผู้เป็นเจ้า

ช่วงเจ็ดปีแห่งความทุกข์เวทนาครั้งใหญ่

ในขณะที่บรรดาคนที่รอดกำลังมีความสุขกับงานเลี้ยงสมรสเจ็ดปีในฟ้าอากาศและใฝ่ฝันถึงการเข้าสู่สวรรค์แห่งความสุขนิรันดร์ ความทุกข์เวทนาที่รุนแรงที่สุดซึ่งไม่เคยเกิดขึ้นมาก่อนในประวัติศาสตร์ของมนุษย์จะปกคลุมโลกทั้งโลกเอาไว้และสิ่งที่น่าสยดสยองมากมายจะอุบัติขึ้น

ช่วงเวลาเจ็ดปีแห่งความทุกข์เวทนาครั้งใหญ่จะเริ่มต้นอย่างไร เมื่อองค์พระผู้เป็นเจ้าของเราเสด็จมาในฟ้าอากาศและผู้คนจำนวนมากจะถูกรับขึ้นไปพร้อมกัน ผู้คนที่ถูกละไว้บนแผ่นดินโลกจะถูกครอบงำด้วยความตื่นกลัวจากการหายตัวไปอย่างฉับพลันของคนในครอบครัว มิตรสหาย และเพื่อนบ้านของตน ผู้คนเหล่านี้จะเที่ยวออกไปเสาะหาคนเหล่านั้น

ในไม่ช้าคนเหล่านี้เริ่มตระหนักว่าการถูกรับขึ้นไปที่คริสเตียนพูดถึงได้เกิดขึ้นจริง ผู้คนที่ถูกละไว้จะรู้สึกสยดสยองเมื่อเขาคิดถึงช่วงเวลาเจ็ดปีแห่งความทุกข์เวทนาครั้งใหญ่ซึ่งจะเกิดขึ้นกับตน คนเหล่านี้จะเต็มไปด้วยความวิตกกังวลและอาการตื่นกลัวอย่างมาก เมื่อคนขับเครื่องบิน คนขับเรือ คนขับรถ และคนขับยานพาหนะประเภทอื่นถูกรับขึ้นไป อุบัติเหตุ เพลิงไหม้ และความหายนะจำนวนมากจะอุบัติขึ้นในทุกที่ทุกแห่ง จากนั้นโลกก็จะเต็มไปด้วยความโกลาหลและความสับสนวุ่นวาย

ในช่วงเวลานี้จะมีบุคคลหนึ่งปรากฏตัวขึ้นและเขาจะนำสันติภาพและความเป็นระเบียบมาสู่โลก บุคคลนี้ได้แก่ประธานสหภาพยุโรป ผู้ปกครองคนนี้จะรวบรวมอำนาจทางการเมือง เศรษฐกิจ และหน่วยงานทางทหารไว้ด้วยกัน บุคคลนี้จะนำความเป็นระเบียบ สันติภาพ และความมั่นคงมาสู่สังคมด้วยอำนาจที่เขารวบรวมไว้ นั่นคือสาเหตุที่ผู้คนจำนวนมากจะชื่นชมยินดีกับการปรากฏตัวของผู้นำคนนี้ในเวทีโลก หลายคนจะต้อนรับเขาด้วยความศรัทธาอย่างแรงกล้าพร้อมทั้งให้การสนับสนุนและความช่วยเหลือแก่เขาอย่างจริงใจ

ผู้ปกครองคนนี้คือปฏิปักษ์ของพระคริสต์ที่พระคัมภีร์กล่าวถึงซึ่งจะเป็นผู้นำในช่วงเจ็ดปีแห่งความทุกข์เวทนาครั้งใหญ่ แต่บางครั้งบุคคลผู้นี้จะปรากฏตัวในฐานะ "ทูตแห่งสันติภาพ" ในความเป็นจริงปฏิปักษ์ของพระคริสต์จะนำสันติภาพและความเป็นระเบียบมาสู่ผู้คนในระยะแรกของช่วงเจ็ดปีแห่งความทุกข์เวทนาครั้งใหญ่ เครื่องมือที่ผู้นำนี้จะนำมาใช้เพื่อทำให้โลกมีสันติภาพได้แก่หมายเลข "666" ซึ่งเป็นเครื่องหมายของสัตว์ร้ายตามที่บันทึกไว้ในพระคัมภีร์

และมันยังได้บังคับคนทั้งปวงทั้งผู้ใหญ่ผู้น้อย คนมั่งมีและคนจน ไทยและทาส ให้รับเครื่องหมายไว้ที่มือขวาหรือที่หน้าผากของเขาเพื่อไม่ให้ผู้ใดทำการซื้อขายได้นอกจากผู้ที่มีเครื่องหมายนั้นซึ่งเป็นชื่อของสัตว์ร้ายนั้นหรือเลขชื่อของมัน ในเรื่องนี้จงใช้สติปัญญาให้ดี ถ้าผู้ใดมีความเข้าใจก็ให้คิดตรึกตรองเลขของสัตว์ร้ายนั้น เพราะว่าเป็นเลขของบุคคลผู้หนึ่ง เลขของมันคือหกร้อยหกสิบหก (วิวรณ์ 13:16-18)

เครื่องหมายของสัตว์ร้ายนี้คืออะไร

สัตว์ร้ายในที่นี้หมายถึงรหัสคอมพิวเตอร์ สหภาพยุโรป (อี.ยู.) จะจัดตั้งองค์กรของตนด้วยการใช้ประโยชน์จากคอมพิวเตอร์ สหภาพยุโรปจะใส่รหัสไว้ที่มือขวาหรือบริเวณหน้าผากของแต่ละคนด้วยคอมพิวเตอร์ รหัสนี้คือเครื่องหมายของสัตว์ร้าย ข้อมูลส่วนตัวทุกชนิดของแต่ละคนจะถูกนำมาเก็บไว้ในรหัสนี้และรหัสนี้จะถูกนำไปฝังไว้ในร่างกายของแต่ละคน เครื่องคอมพิวเตอร์ของสหภาพยุโรปสามารถกำกับดูแล เฝ้าดู ตรวจสอบ และควบคุมแต่ละคนโดยละเอียดว่าแต่ละคนไปที่ไหนและทำอะไรด้วยรหัสที่ถูกฝังไว้ในร่างกายดังกล่าว

บัตรเครดิตและบัตรประจำตัวประชาชนของเราในปัจจุบันจะถูกแทนที่ด้วยเลข "666" ซึ่งเป็นเครื่องหมายของสัตว์ร้าย จากนั้นผู้คนไม่จำเป็นต้องใช้เงินสดหรือเช็คอีกต่อไป ผู้คนไม่ต้องกังวลว่าทรัพย์สินเงินทองของตนจะสูญเสียหรือถูกปล้น ข้อดีนี้จะทำให้เครื่องหมาย "666" ของสัตว์ร้ายแพร่สะพัดออกไปทั่วโลกในระยะเวลาอันสั้น ถ้าไม่มีเครื่องหมายนี้บุคคลก็ไม่มีตัวตนและไม่สามารถทำการซื้อขายได้เช่นกัน

ผู้คนจะได้รับเครื่องหมายของสัตว์ร้ายตั้งแต่จุดเริ่มต้นของช่วงเจ็ดปีแห่งความทุกข์เวทนาครั้งใหญ่ แต่ในระยะแรกคนเหล่านี้จะไม่ถูกบังคับให้รับเอาเครื่องหมายดังกล่าว ผู้คนจะถูกเชิญชวนให้รับเอาเครื่องหมายนี้จนกว่าการจัดตั้งองค์กรสหภาพยุโรปจะมีความแข็งแกร่ง ทันทีที่ครึ่งแรกของช่วงเวลาเจ็ดปีแห่งความทุกข์เวทนาครั้งใหญ่สิ้นสุดลงและการก่อตั้งองค์กรสหภาพยุโรปมีความแข็งแกร่ง สหภาพยุโรปจะบังคับทุกคนให้รับเอาเครื่องหมายดังกล่าวและจะลงโทษผู้คนที่ปฏิเสธเครื่องหมายนั้น ดังนั้นสหภาพยุโรปจะผูกมัดผู้

คนไว้โดยใช้เครื่องหมายของสัตว์ร้ายและจะขี่นำคนเหล่านั้นไปในทิศทางที่ตนต้องการ

ในที่สุดผู้คนส่วนใหญ่ที่หลงเหลืออยู่ในช่วงเจ็ดปีแห่งความทุกข์เวทนาครั้งใหญ่จะอยู่ภายใต้การบังคับควบคุมของผู้เป็นปฏิปักษ์ของพระคริสต์และรัฐบาลของสัตว์ร้าย เนื่องจากผู้เป็นปฏิปักษ์ของพระคริสต์จะถูกควบคุมโดยผีมารซาตาน สหภาพยุโรปจะเป็นต้นเหตุที่ทำให้ผู้คนต่อสู้กับพระเจ้าและนำคนเหล่านั้นไปสู่หนทางแห่งความชั่วร้าย ความอธรรม ความบาป และความพินาศในที่สุด

อนึ่ง บางคนจะไม่ยอมจำนนต่อการปกครองของผู้เป็นปฏิปักษ์ของพระคริสต์ คนเหล่านี้ได้แก่ผู้คนที่เชื่อในพระเยซูคริสต์แต่ไม่ได้ถูกรับขึ้นไปสู่ฟ้าสวรรค์ในช่วงการเสด็จมาครั้งที่สองขององค์พระผู้เป็นเจ้าเพราะคนเหล่านี้ไม่มีความเชื่อที่แท้จริง

ครั้งหนึ่งคนเหล่านี้บางคนเคยต้อนรับเอาองค์พระผู้เป็นเจ้าและดำเนินชีวิตในพระคุณของพระเจ้า แต่ต่อมาเขาได้พรากไปจากพระคุณและหันกลับไปหาโลก บางคนประกาศถึงความเชื่อของตนในพระคริสต์และเข้าร่วมนมัสการในคริสตจักรแต่เขาดำเนินชีวิตอยู่กับความสนุกสนานฝ่ายโลกเพราะเขาไม่มีความเชื่อฝ่ายวิญญาณ มีอีกหลายคนที่เพิ่งต้อนรับเอาพระเยซูคริสต์เป็นองค์พระผู้เป็นเจ้าและมีชาวยิวบางคนที่เพิ่งตื่นตัวจากการหลับใหลฝ่ายวิญญาณผ่านเหตุการณ์ที่ผู้เชื่อถูกรับขึ้นไป

เมื่อคนกลุ่มนี้ประจักษ์ด้วยตนเองว่าการถูกรับขึ้นไปของผู้เชื่อเป็นความจริงเขาจึงเริ่มตระหนักว่าถ้อยคำทั้งสิ้นของพระคัมภีร์เดิมและพระคัมภีร์ใหม่ล้วนเป็นความจริง คนเหล่านี้จะร้องไห้คร่ำครวญพร้อมกับตีอกชกพื้น เขาจะถูกครอบงำด้วยความกลัวพร้อมกับกลับใจจากการไม่ได้ดำเนินชีวิตตามน้ำพระทัยของพระเจ้าและพยา

ยามเสาะหาหนทางที่จะได้รับความรอด

และทูตสวรรค์อีกองค์หนึ่งเป็นองค์ที่สามตามไปประกาศด้วยเสียงอันดังว่า “ถ้าผู้ใดบูชาสัตว์ร้ายและรูปของมันและมีเครื่องหมายของมันไว้ที่หน้าผากหรือที่มือ ผู้นั้นจักต้องดื่มเหล้าองุ่นแห่งพระพิโรธของพระเจ้าซึ่งไม่ได้ระคนกับสิ่งใด ที่ได้เทลงในถ้วยพระพิโรธของพระองค์และเขาจะต้องถูกทรมานด้วยไฟและกำมะถันต่อหน้าทูตสวรรค์ผู้บริสุทธิ์ทั้งหลายและต่อพระพักตร์พระเมษโปดก และควันแห่งการทรมานของเขาพลุ่งขึ้นตลอดไปเป็นนิตย์และคนทั้งหลายที่บูชาสัตว์ร้ายและรูปของมันและที่รับเครื่องหมายชื่อของมันจะไม่มีการพักผ่อนเลยทั้งกลางวันและกลางคืน นี่แหละความอดทนซึ่งพวกธรรมิกชนคือผู้ที่ประพฤติตามพระบัญญัติของพระเจ้าและดำเนินตามความเชื่อของพระเยซูจะต้องมี (วิวรณ์ 14:9-12)

ถ้าผู้ใดยอมรับเอาเครื่องหมายของสัตว์ร้าย บุคคลนั้นจะถูกบังคับให้เชื่อฟังผู้เป็นปฏิปักษ์ของพระคริสต์ที่ต่อต้านพระเจ้า เพราะเหตุนี้พระคัมภีร์จึงเน้นว่าผู้ที่มีเครื่องหมายของสัตว์ร้ายจะไม่ได้รับความรอด ในช่วงแห่งความทุกข์เวทนาครั้งใหญ่ผู้คนที่รู้ความจริงข้อนี้จะพยายามปฏิเสธที่จะรับเอาเครื่องหมายของสัตว์ร้ายเพื่อยืนยันว่าว่าตนมีความเชื่อ

ชื่อของผู้เป็นปฏิปักษ์ของพระคริสต์จะถูกเปิดเผยอย่างชัดเจน บุคคลนี้จะถือว่าผู้คนที่ต่อต้านนโยบายและไม่ยอมรับเอาเครื่องหมายของตนเป็น “สวะสังคม” และจะกำจัดคนเหล่านี้ให้หมดไปจากสังคมโดยถือว่าคนเหล่านี้ทำลายความสงบสุขของสังคม ผู้เป็นปฏิปักษ์ของพระคริสต์จะบังคับผู้คนให้ปฏิเสธพระเยซูคริสต์และรับเอาเครื่องหมายของสัตว์ร้าย ถ้าคนเหล่านี้ปฏิเสธเขาจะถูกข่มเหงและถูกฆ่า

ความรอดโดยการสละชีพเพื่อความเชื่อของผู้ที่ไม่ยอมรับเอาเครื่องหมายของสัตว์ร้าย

การทรมานสำหรับผู้คนที่ไม่ยอมรับเอาเครื่องหมายของสัตว์ร้ายในช่วงเจ็ดปีแห่งความทุกข์เวทนาครั้งใหญ่โหดร้ายทารุณมากจนไม่อาจจินตนาการได้ การทรมานนี้บีบคั้นมากเกินกว่าที่จะทนอยู่ได้ ดังนั้นจึงมีเพียงไม่กี่คนที่สามารถเอาชนะการทรมานดังกล่าวและมีโอกาสที่จะได้รับความรอด บางคนจะพูดในทำนองว่า "ผมไม่ได้ละทิ้งความเชื่อของผมในองค์พระผู้เป็นเจ้าหรอก แต่การทรมานนี้รุนแรงเหลือเกิน คงไม่เป็นไรกระมังถ้าผมจะพูดด้วยริมฝีปากว่าผมปฏิเสธพระองค์ แต่ในส่วนลึกของจิตใจผมยังเชื่อในพระองค์อยู่ ผมเชื่อว่าพระเจ้าคงจะเข้าใจและคงจะทรงช่วยผมให้รอด" จากนั้นคนเหล่านี้ก็จะยอมรับเอาเครื่องหมายของสัตว์ร้าย แต่คนเหล่านี้จะไม่มีวันได้รับความรอด

เมื่อสองสามปีที่แล้วในขณะที่ข้าพเจ้ากำลังอธิษฐานอยู่นั้นพระเจ้าทรงสำแดงให้ข้าพเจ้าเห็นในนิมิตว่าบางคนที่หลงเหลืออยู่ในช่วงแห่งความทุกข์เวทนาครั้งใหญ่จะยืนกรานไม่ยอมรับเครื่องหมายของสัตว์ร้ายและจะถูกทรมานอย่างไร ภาพนั้นน่าสยดสยองมากทีเดียว ผู้ทรมานจะลอกหนังคนเหล่านั้นออก หักข้อต่อกระดูกทั้งหมดในร่างกายของเขาออกเป็นชิ้น ๆ ตัดนิ้วมือ นิ้วเท้า แขน และขาของเขาพร้อมกับเทน้ำมันร้อนราดบนร่างกายของคนเหล่านั้น

ในช่วงสงครามโลกครั้งที่สองมีการสังหารและการทรมานผู้คนเกิดขึ้น คนเหล่านั้นใช้คนที่มีชีวิตเป็นหนูทดลองยา แต่การทรมานดังกล่าวไม่อาจเทียบได้กับการทรมานที่จะเกิดขึ้นช่วงเจ็ดปีแห่งความทุกข์เวทนาครั้งใหญ่ หลังจากการถูกรับขึ้นไป ผู้เป็นปฏิปักษ์ของ

พระคริสต์ซึ่งเป็นพรรคพวกของผีมารซาตานจะปกครองโลกและจะไม่มีความเมตตาสงสารต่อผู้ใดเลย

มารและพรรคพวกของผู้เป็นปฏิปักษ์ของพระคริสต์จะบังคับให้ผู้คนปฏิเสธพระเยซูโดยใช้ทุกวิถีทางเพื่อจะนำคนเหล่านั้นลงไปสู่นรก ผู้เชื่อจะถูกทรมานด้วยวิธีการที่โหดร้ายทารุณทุกรูปแบบ แต่คนเหล่านี้จะไม่เสียชีวิตในทันที วิธีการทรมานทุกรูปแบบและเครื่องมือในการทรมานที่ทันสมัยทุกอย่างซึ่งถูกนำมาใช้จะทำให้ผู้เชื่อเกิดความเจ็บปวดและตื่นตระหนกอย่างยิ่ง การทรมานอันสยดสยองนี้จะดำเนินไปอย่างต่อเนื่อง

ผู้คนที่ถูกทรมานต้องการให้ตนเองเสียชีวิต แต่คนเหล่านี้ไม่สามารถตายได้เพราะผู้เป็นปฏิปักษ์ของพระคริสต์จะไม่ฆ่าคนเหล่านี้ในทันทีและผู้เชื่อเหล่านี้รู้ดีว่าการฆ่าตัวตายจะทำให้เขาตกนรก

ในนิมิตที่พระเจ้าทรงสำแดงนั้นข้าพเจ้าเห็นว่าผู้คนส่วนใหญ่ไม่สามารถทนต่อความเจ็บปวดของการทรมานได้และยอมจำนนต่อผู้เป็นปฏิปักษ์ของพระคริสต์ ผู้เชื่อบางคนทนต่อการทรมานและเอาชนะความเจ็บปวดได้ชั่วระยะหนึ่ง แต่เมื่อเขาเห็นลูกหรือพ่อแม่ของตนถูกทรมานด้วยวิธีการเดียวกัน ผู้เชื่อเหล่านั้นจึงเลิกต่อสู้ขัดขืนยอมจำนนต่อผู้เป็นปฏิปักษ์ของพระคริสต์ และรับเอาเครื่องหมายของสัตว์ร้าย

ในกลุ่มคนที่ถูกทรมาน มีผู้คนที่มีจิตใจเที่ยงธรรมและสัตย์จริงเพียงไม่กี่คนที่จะเอาชนะการทรมานอันสยดสยองและการทดลองอย่างรุนแรงของผู้เป็นปฏิปักษ์ของพระคริสต์และสละชีวิตเพื่อปกป้องความเชื่อของตนได้ ดังนั้นผู้คนที่รักษาความเชื่อของตนด้วยการสละชีพเพื่อความเชื่อในช่วงแห่งความทุกข์เวทนาครั้งใหญ่จะได้รับความรอด

หนทางแห่งความรอดจากความทุกข์เวทนาที่จะเกิดขึ้น

เมื่อสงครามโลกครั้งที่สองปะทุขึ้น ชาวยิวที่มีชีวิตอยู่อย่างสงบสุขในประเทศเยอรมันนีไม่เคยคาดคิดว่าการสังหารหมู่ชาวยิว 6 ล้านคนอย่างสยดสยองเช่นนั้นกำลังรอคอยตนอยู่ ไม่มีใครรู้หรือคาดการณ์ไว้ล่วงหน้าว่าเยอรมันนีซึ่งเคยให้ความสงบสุขและความมั่นคงแก่ตนจะแปรสภาพเป็นขุมกำลังอันชั่วร้ายในช่วงเวลาสั้น ๆ เช่นนั้น

ในเวลานั้น เพราะชาวยิวไม่รู้ถึงสิ่งที่กำลังจะเกิดขึ้นกับตนคนเหล่านั้นจึงไม่อาจช่วยตนเองได้และไม่สามารถหลีกเลี่ยงความทุกข์ทรมานอันใหญ่หลวงที่เกิดขึ้นได้ พระเจ้าทรงปรารถนาให้ชนชาติที่พระองค์ทรงเลือกสามารถหลีกเลี่ยงความหายนะอันยิ่งใหญ่ที่จะเกิดขึ้นในอนาคตอันใกล้ เพราะเหตุนี้พระองค์จึงทรงบันทึกวาระสิ้นสุดของโลกไว้ในพระคัมภีร์โดยละเอียดและทรงอนุญาตให้คนของพระเจ้าตักเตือนอิสราเอลถึงความทุกข์เวทนาที่กำลังจะมาถึงพร้อมกับปลุกคนเหล่านี้ให้ตื่นขึ้น

สิ่งสำคัญที่สุดที่อิสราเอลต้องรู้ก็คือความหายนะที่เกิดจากความทุกข์เวทนาครั้งใหญ่นี้เป็นสิ่งที่ไม่อาจหลีกเลี่ยงได้ แทนที่เขาจะหนีพ้นความหายนะครั้งนี้อิสราเอลจะตกเป็นเป้าสำคัญของความทุกข์เวทนาครั้งใหญ่ ข้าพเจ้าหวังว่าท่านจะตระหนักอยู่เสมอว่าความทุกข์เวทนาครั้งนี้จะเกิดขึ้นในไม่ช้าและถ้าท่านเตรียมตัวไม่พร้อมเหตุการณ์นี้จะมาถึงท่านเหมือนอย่างขโมย ถ้าท่านอยากหนีให้พ้นจากความหายนะอันน่าสยดสยองดังกล่าวท่านต้องตื่นขึ้นจากการหลับใหลฝ่ายวิญญาณ

นี่คือช่วงเวลาที่อิสราเอลต้องตื่นขึ้น คนอิสราเอลต้องกลับใจจาก

การที่เขาไม่ได้ยอมรับพระเมสสิยาห์ คนเหล่านี้ต้องยอมรับว่าพระเยซูคริสต์ทรงเป็นพระผู้ช่วยให้รอดของมนุษย์ทุกคนและมีความเชื่อที่แท้จริงซึ่งพระเจ้าทรงปรารถนาให้เขามีเพื่อว่าคนอิสราเอลจะถูกรับขึ้นไปเมื่อองค์พระผู้เป็นเจ้าเสด็จกลับมาบนฟ้าอากาศ

ข้าพเจ้าอยากให้ท่านจดจำไว้ว่าผู้เป็นปฏิปักษ์ของพระคริสต์จะปรากฏตัวต่อหน้าท่านเหมือนทูตแห่งสันติภาพเช่นเดียวกับภาพลักษณ์ของประเทศเยอรมันนีก่อนเกิดสงครามโลกครั้งที่สอง ผู้เป็นปฏิปักษ์ของพระคริสต์จะหยิบยื่นความสงบสุขและการเล้าโลมใจให้กับท่าน แต่ในไม่ช้าผู้นำคนนี้จะแปรเปลี่ยนเป็นกองกำลังขนาดใหญ่ที่มีแสนยานุภาพเพิ่มขึ้นและจะนำความทุกข์ทรมานรวมทั้งความหายนะที่เหนือจินตนาการมาสู่ท่าน

นิ้วเท้าทั้งสิบ

พระคัมภีร์มีคำพยากรณ์ถึงสิ่งที่จะเกิดขึ้นในอนาคตอยู่หลายตอนโดยเฉพาะอย่างยิ่งถ้าเราศึกษาคำพยากรณ์ต่าง ๆ ที่บันทึกไว้ในหนังสือพยากรณ์หลายเล่มของพระคัมภีร์เดิม หนังสือเหล่านี้ไม่ได้บอกเราเกี่ยวกับอนาคตของอิสราเอลโดยละเอียดเท่านั้น แต่ยังบอกเราเกี่ยวกับอนาคตของโลกด้วยเช่นกัน ท่านคิดว่าเพราะเหตุใด เหตุผลก็เพราะว่าอิสราเอลชนชาติที่พระเจ้าทรงเลือกเป็นศูนย์กลางแห่งประวัติศาสตร์ของมนุษย์ทั้งในอดีต ปัจจุบัน และอนาคต

ปฏิมากรขนาดใหญ่ที่บันทึกไว้ในคำพยากรณ์ของดาเนียล

หนังสือดาเนียลไม่เพียงแต่พยากรณ์ถึงอนาคตของอิสราเอลเท่านั้น แต่ยังพยากรณ์ถึงสิ่งที่จะเกิดขึ้นในโลกในวาระสุดท้ายในความเชื่อมโยงกับอิสราเอลด้วยเช่นกัน ในหนังสือดาเนียล 2:31-33 ดาเนียลแก้ฝันให้กับกษัตริย์เนบูคัดเนสซาร์ด้วยการดลใจของพระเจ้า และคำแก้ฝันนั้นเป็นการพยากรณ์ถึงสิ่งที่จะเกิดขึ้นในวาระสุดท้ายของโลก

ข้าแต่พระราชา ฝ่าพระบาททอดพระเนตรและดูเถิด มีปฏิมากรขนาดใหญ่ ปฏิมากรนี้มีฤทธิ์และสุกใสยิ่งนัก ตั้งอยู่ต่อเบื้องพระพักตร์ฝ่าพระบาทและรูปร่างก็น่ากลัว เศียรของพระปฏิมากรนี้เป็นทองนพคุณ อกและแขนเป็นเงิน ท้องและโคนขาเป็นทองสัมฤทธิ์ ขาเป็นเหล็ก เท้าเป็นเหล็กปนดิน

(ดาเนียล 2:31-33)

พระคัมภีร์ข้อต่าง ๆ เหล่านี้พยากรณ์อะไรเกี่ยวกับสถานการณ์ของโลกในยุคสุดท้าย

"ปฏิมากรขนาดใหญ่" ที่กษัตริย์เนบูคัดเนสซาร์ทรงมองเห็นในความฝันของพระองค์จะเป็นอย่างอื่นไปไม่ได้นอกจากสหภาพยุโรป ทุกวันนี้โลกของเราถูกควบคุมด้วยสองมหาอำนาจ นั่นคือสหรัฐอเมริกาและสหภาพยุโรป แต่อิทธิพลของรัสเซียและจีนเป็นสิ่งที่ไม่อาจมองข้ามได้ แต่สหรัฐอเมริกาและสหภาพยุโรปยังคงเป็นมหาอำนาจที่มีอิทธิพลมากที่สุดในโลกในด้านเศรษฐกิจและแสนยานุภาพทางทหาร

ในปัจจุบันสหภาพยุโรปดูเหมือนจะอ่อนแอบ้างเล็กน้อย แต่สหภาพยุโรปจะขยายกำลังเพิ่มมากขึ้น วันนี้ไม่มีใครสงสัยว่าสหรัฐอเมริกายังคงเป็นประเทศมหาอำนาจประเทศเดียวของโลกมาโดยตลอด แต่สหภาพยุโรปจะค่อย ๆ ก้าวสู่การเป็นมหาอำนาจของโลกซึ่งจะมีแสนยานุภาพยิ่งใหญ่กว่าสหรัฐอเมริกา

เมื่อสองสามทศวรรษที่แล้วไม่มีใครคิดว่าประเทศต่าง ๆ ในยุโรปจะสามารถรวมตัวกันเป็นรัฐบาลระบบเดียวกันได้ ประเทศต่าง ๆ ในยุโรปได้ประชุมหารือเกี่ยวกับการจัดตั้งสหภาพยุโรปมาเป็นเวลานาน แต่ไม่มีใครมั่นใจว่าตนจะสามารถเอาชนะอุปสรรคทางด้านเชื้อชาติ ภาษา สกุลเงิน และอุปสรรคด้านอื่น ๆ เพื่อรวมตัวกันเป็นหนึ่งเดียวได้

แต่ในช่วงตอนปลายทศวรรษที่ 80 ผู้นำประเทศต่าง ๆ ของยุโรปเริ่มประชุมหารือกันในเรื่องนี้อย่างจริงจังมากขึ้นเพราะความห่วงใยทางด้านเศรษฐกิจ ในช่วงสงครามเย็นแสนยานุภาพทางทหารถูกนำมาใช้เพื่อผดุงรักษาความเป็นมหาอำนาจในโลกเอาไว้ แต่นับจากสงครามเย็นสิ้นสุดลงแสนยานุภาพทางทหารถูกเปลี่ยนเป็นแสนย

านุภาพทางเศรษฐกิจ

เพื่อเตรียมการในเรื่องนี้ประเทศต่าง ๆ ในยุโรปจึงพยายามรวมตัวกันเป็นหนึ่งเดียว ผลลัพธ์ก็คือประเทศเหล่านี้มีความเป็นเอกภาพในทางเศรษฐกิจ เวลานี้สิ่งเดียวที่ยังไม่ได้ดำเนินการให้สำเร็จคือความเป็นเอกภาพในทางการเมืองซึ่งจะทำให้ประเทศต่าง ๆ กลายเป็นระบบรัฐบาลเดียวและสถานการณ์ในขณะนี้กำลังพัฒนาไปสู่ทิศทางดังกล่าว

"ปฏิมากรขนาดใหญ่ ปฏิมากรนี้มีฤทธิ์และสุกใสยิ่งนัก" ในดาเนียล 2:31 เป็นการพยากรณ์ถึงการเจริญเติบโตและการดำเนินกิจการของสหภาพยุโรป คำพยากรณ์นี้บอกให้เราทราบว่าสหภาพยุโรปจะมีความแข็งแกร่งและมีแสนยานุภาพมากเพียงใด

สหภาพยุโรปจะมีอำนาจมหาศาล

สหภาพยุโรปจะมีอำนาจมหาศาลได้อย่างไร ดาเนียล 2:32 เป็นต้นไปให้คำตอบกับเราโดยอธิบายให้ทราบถึงโครงสร้างของเศียร อก แขน ท้อง โคนขา ขา และเท้าของพระปฏิมากร

ประการแรก ข้อ 32 กล่าวว่า "เศียรของพระปฏิมากรนี้เป็นทองนพคุณ" ข้อความนี้พยากรณ์ว่าสหภาพยุโรปจะพัฒนารุดหน้าในด้านเศรษฐกิจและจะควบคุมอำนาจทางเศรษฐกิจผ่านการสะสมทรัพย์สินเงินทองจำนวนมากเอาไว้ สหภาพยุโรปจะมีผลกำไรและมีรายได้เพิ่มมากขึ้นจากความเป็นเอกภาพทางเศรษฐกิจเหมือนที่พยากรณ์ไว้ในพระคัมภีร์ข้อนี้

ประการที่สอง พระคัมภีร์ข้อเดียวกันระบุว่า "อกและแขนเป็นเงิน" สิ่งนี้เป็นสัญลักษณ์ว่าสหภาพยุโรปจะมีความเป็นเอกภาพทางด้านสังคม วัฒนธรรม และการเมือง เมื่อประธานค

นหนึ่งถูกเลือกให้เป็นตัวแทนของสหภาพยุโรป ประชาคมนี้ก็บรรลุถึงความเป็นเอกภาพทางด้านเมืองและมีความเป็นเอกภาพทางด้านสังคมและวัฒนธรรมโดยภาพรวม แต่ประเทศสมาชิกแต่ละประเทศจะแสวงหาผลประโยชน์ทางด้านเศรษฐกิจของตนเองในส่วนที่ยังไม่มีความเป็นเอกภาพอย่างสมบูรณ์

ประการที่สาม พระคัมภีร์ข้อนี้กล่าวต่อไปว่า "ท้องและโคนขาเป็นทองสัมฤทธิ์" สิ่งนี้เป็นสัญลักษณ์ว่าสหภาพยุโรปจะบรรลุถึงความเป็นเอกภาพทางทหาร ประเทศสมาชิกของสหภาพยุโรปแต่ละประเทศต้องการความแข็งแกร่งทางเศรษฐกิจ จุดประสงค์ของความเป็นเอกภาพทางทหารก็เพื่อผลประโยชน์ทางด้านเศรษฐกิจซึ่งเป็นเป้าหมายสูงสุด เพื่อให้มีอำนาจควบคุมโลกผ่านความแข็งแกร่งทางเศรษฐกิจ ประเทศสมาชิกแต่ละประเทศไม่มีทางเลือกอื่นนอกจากการสร้างความเป็นเอกภาพทางสังคม วัฒนธรรม การเมือง และการทหาร

สุดท้าย ข้อ 33 ระบุว่า "ขาเป็นเหล็ก" สิ่งนี้บ่งชี้ถึงรากฐานอันมั่นคงอีกด้านหนึ่งซึ่งจะสร้างความแข็งแกร่งและสนับสนุนสหภาพยุโรปโดยผ่านความเป็นเอกภาพทางด้านศาสนา ในระยะแรกสหภาพยุโรปจะประกาศให้คริสต์ศาสนานิกายโรมันคาทอลิกเป็นศาสนาประจำสหภาพ นิกายโรมันคาทอลิกจะมีความแข็งแกร่งและกลายเป็นตัวจักรสำคัญในการสนับสนุน การส่งเสริม และการทำนุบำรุงสหภาพยุโรป

ความหมายฝ่ายวิญญาณของนิ้วทั้งสิบ

เมื่อสหภาพยุโรปประสบความสำเร็จในการสร้างความเป็นเอกภาพทางด้านเศรษฐกิจ การเมือง สังคม วัฒนธรรม การทหาร

และศาสนาในประเทศต่าง ๆ ประชาคมแห่งนี้จะโอ้อวดถึงความเป็นเอกภาพและพลังอำนาจของตนในช่วงแรก แต่อีกไม่นานประชาคมแห่งนี้จะพบสัญญาณของความขัดแย้งและความแตกร้าว

ในระยะแรกประเทศต่าง ๆ ในสหภาพยุโรปจะมีความเป็นเอกภาพเพราะประเทศเหล่านี้กระทำสัตยาบรรณต่อกันเพื่อผลประโยชน์ทางเศรษฐกิจร่วมกัน แต่เมื่อวันเวลาผ่านพ้นไปจะเกิดความแตกต่างทางด้านสังคม วัฒนธรรม การเมือง และอุดมการณ์ขึ้น รวมทั้งจะมีความขัดแย้งในหมู่คนเหล่านี้ จากนั้นสัญญาณของความแตกแยกจะปรากฏขึ้น ในที่สุดความขัดแย้งทางด้านศาสนา—ซึ่งได้แก่ความขัดแย้งระหว่างนิกายโรมันคาทอลิกกับโปรแตสแต้นท์—จะปรากฏออกมาให้เห็นอย่างชัดเจน

ดาเนียล 2:33 กล่าวว่า "เท้าเป็นเหล็กปนดิน" สิ่งนี้หมายความว่านิ้วเท้าบางนิ้วทำด้วยเหล็กและบางนิ้วทำด้วยดินเหนียว นิ้วทั้งสิบไม่ได้เล็งถึง "ประเทศในสหภาพยุโรปสิบประเทศ" แต่นิ้วทั้งสิบเล็งถึง "ประเทศผู้แทนห้าประเทศที่นับถือนิกายโรมันคาทอลิกและอีกห้าประเทศที่นับถือนิกายโปรแตสแต้นท์"

เหล็กกับดินเหนียวไม่อาจผสมผสานกันได้ฉันใด ประเทศที่ผู้คนส่วนใหญ่นับถือนิกายโรมันคาทอลิกและประเทศที่ผู้คนส่วนใหญ่นับถือนิกายโปรแตสแต้นท์ก็ไม่สามารถรวมกันเป็นหนึ่งเดียวได้อย่างสมบูรณ์แบบด้วยฉันนั้น กล่าวคือ ประเทศที่ปกครองกับประเทศที่ถูกปกครองย่อมเข้ากันไม่ได้

เมื่อสัญญาณแห่งความขัดแย้งในสหภาพยุโรปมีเพิ่มมากขึ้น คนเหล่านั้นจะตระหนักถึงความจำเป็นของการสร้างความเป็นเอกภาพทางด้านศาสนาในประเทศต่าง ๆ และนิกายโรมันคาทอลิกจะมีอำนาจเพิ่มมากขึ้นในหลายประเทศ

ดังนั้นเพื่อเห็นแก่ผลประโยชน์ทางด้านเศรษฐกิจจึงมีการตั้งสห

ภาพยุโรปขึนในวาระสุดท้ายและจะส่งผลให้สหภาพยุโรปมีอำนาจมหาศาล ต่อมาสหภาพยุโรปจะสร้างความเป็นเอกภาพทางศาสนาโดยส่งเสริมให้นิกายโรมันคาทอลิกเป็นศาสนาของตนและเอกภาพของสหภาพยุโรปจะแข็งแกร่งมากขึน ในทีสุดสหภาพยุโรปจะมีลักษณะเป็นเหมือนรูปเคารพ

รูปเคารพคือวัตถุทีผู้คนกราบไหว้และนับถือ ในแง่นีสหภาพยุโรปจะเป็นผู้นำกระแสของโลกด้วยอำนาจอันยิงใหญ่และจะครอบครองอยู่เหนือโลกเหมือนดังรูปเคารพ

สงครามโลกครังทีสามและสหภาพยุโรป

เหมือนทีกล่าวไว้ในเบืองต้นว่าเมือองค์พระผู้เป็นเจ้าของเราเสด็จกลับมาอีกครังหนึงในฟ้าอากาศในวาระสุดท้ายของโลก ผู้เชือจำนวนมากจะถูกรับขึนไปในฟ้าอากาศพร้อมกันและจะเกิดความโกลาหลครังใหญ่บนแผ่นดินโลก ในขณะเดียวกัน สหภาพยุโรปจะมีอำนาจครอบครองเหนือโลกเพือรักษาความสงบและความเป็นระเบียบของโลกในระยะเวลาสัน ๆ แต่ต่อมาสหภาพยุโรปจะต่อต้านองค์พระผู้เป็นเจ้าและเป็นผู้นำในช่วงเจ็ดปีแห่งความทุกข์เวทนาครังใหญ่

ภายหลังสมาชิกสหภาพยุโรปจะแยกตัวออกไปเพราะคนเหล่านันจะแสวงหาผลประโยชน์ของตนเอง เหตุการณ์นีจะเกิดขึนในตอนกลางของช่วงเจ็ดปีแห่งความทุกข์เวทนาครังใหญ่ จุดเริมต้นของช่วงเจ็ดปีแห่งความทุกข์เวทนาครังใหญ่นีจะเกิดขึนตามกระแสแห่งประวัติศาสตร์ของอิสราเอลและประวัติศาสตร์ของโลกเหมือนทีพยากรณ์ไว้ในหนังสือดาเนียลบทที 12

หลังจากช่วงเจ็ดปีแห่งความทุกข์เวทนาครังใหญ่เริมต้นขึน สหภาพยุโรปจะมีอำนาจและความแข็งแกร่งเพิมมากขึน ประชาคมนีจะเ

ลือกประธานสหภาพขึ้นมาคนหนึ่ง เหตุการณ์นี้จะเกิดขึ้นหลังจากผู้คนที่ต้อนรับเอาพระเยซูคริสต์เป็นพระผู้ช่วยให้รอดและได้รับสิทธิเป็นบุตรของพระเจ้าจะถูกเปลี่ยนแปลงและถูกรับขึ้นไปสู่สวรรค์พร้อมกันในการเสด็จกลับมาครั้งที่สองบนฟ้าอากาศขององ์พระผู้เป็นเจ้า

ชาวยิวส่วนใหญ่ที่ไม่ได้ต้อนรับเอาพระเยซูเป็นพระผู้ช่วยให้รอดจะคงอยู่บนโลกนี้และจะประสบกับความยากลำบากในช่วงเจ็ดปีแห่งความทุกข์เวทนาครั้งใหญ่ ความลึกลับและความน่าสยดสยองของช่วงแห่งความทุกข์เวทนาครั้งใหญ่นี้น่าสะพรึงกลัวมากจนสุดที่จะบรรยายได้ โลกจะเต็มไปด้วยสิ่งที่น่าสลดใจที่สุด เช่น สงคราม การฆ่าฟัน การประหารชีวิต การกันดารอาหาร โรคภัยไข้เจ็บ และภัยพิบัติที่รุนแรงยิ่งกว่าครั้งใด ๆ ในประวัติศาสตร์ของมนุษย์

สัญญาณแห่งการเริ่มต้นของช่วงเวลาเจ็ดปีแห่งความทุกข์เวทนาครั้งใหญ่จะเกิดขึ้นในอิสราเอลโดยสงครามที่ปะทุขึ้นระหว่างอิสราเอลกับตะวันออกกลาง ความตึงเครียดระหว่างอิสราเอลกับประเทศทั้งหมดในตะวันออกกลางและความขัดแย้งเรื่องเขตแดนที่ดำเนินมาเป็นเวลานานจะไม่มีวันสิ้นสุด ในอนาคตความขัดแย้งนี้จะเลวร้ายมากยิ่งขึ้น สงครามที่รุนแรงจะปะทุขึ้นเพราะมหาอำนาจต่าง ๆ ของโลกจะเข้ามาแทรกแซงในธุรกิจน้ำมัน มหาอำนาจเหล่านั้นจะต่อสู้กันเพื่อทำให้ตนมีฐานะและข้อได้เปรียบในกิจการระหว่างชาติมากขึ้น

สหรัฐอเมริกาซึ่งเป็นพันธมิตรของอิสราเอลมาเป็นเวลานานจะสนับสนุนอิสราเอล สหภาพยุโรป จีน และรัสเซีย (ซึ่งต่อสู้กับสหรัฐอเมริกา) จะเป็นพันธมิตรกับตะวันออกกลาง จากนั้นสงครามโลกครั้งที่สาม (ซึ่งเป็นการต่อสู้ระหว่างสองขั้วอำนาจใหญ่) จะปะทุขึ้น

สงครามโลกครั้งที่สามจะแตกต่างจากสงครามโลกครั้งที่สองอย่างสิ้นเชิงในแง่ของความหนักหน่วงรุนแรง ในสงครามโลกครั้งที่สองมีผู้คนมากกว่า 50 ล้านคนถูกฆ่าหรือเสียชีวิตอันเป็นผลมาจากสงคราม เวลานี้แสนยานุภาพของอาวุธสมัยใหม่ซึ่งรวมถึงระเบิดนิวเคลียร์ อาวุธเคมีและชีวภาพ รวมทั้งอาวุธชนิดอื่นซึ่งอาวุธที่ใช้ในช่วงสงครามโลกครั้งที่สองไม่สามารถเทียบทานได้ ผลจากการใช้อาวุธสมัยใหม่เหล่านี้จะมีความน่าสยดสยองจนไม่อาจจินตนาการได้

อาวุธชนิดต่าง ๆ ซึ่งรวมถึงอาวุธนิวเคลียร์และอาวุธทันสมัยอีกมากมายที่มนุษย์ประดิษฐ์คิดค้นขึ้นมาจะถูกนำมาใช้อย่างไร้ความเมตตาและความหายนะและการเข่นฆ่าที่เหนือคำบรรยายจะเกิดขึ้นตามมา ประเทศต่าง ๆ ที่ทำสงครามกันจะถูกทำลายและประสบกับความยากจน แต่สงครามยังไม่สิ้นสุด การระเบิดของระเบิดนิวเคลียร์จะก่อให้เกิดสารกัมมันตภาพรังสีและมลพิษที่เกิดจากสารดังกล่าว โลกจะถูกปกคลุมด้วยดินฟ้าอากาศที่แปรปรวนและภัยพิบัติที่ร้ายแรง ผลลัพธ์ก็คือผู้คนทั้งโลกรวมทั้งประเทศคู่สงครามต่าง ๆ จะมีชีวิตอยู่ในนรกบนดิน

การใช้อาวุธนิวเคลียร์จะยุติลงในระยะกลางของช่วงความทุกข์เวทนาครั้งใหญ่เพราะการใช้อาวุธนิวเคลียร์เพิ่มมากขึ้นจะคุกคามต่อการดำรงอยู่ของมนุษยชาติ แต่อาวุธชนิดอื่นและกองทัพจำนวนมหาศาลจะเป็นตัวเร่งให้สงครามขยายขอบเขตออกไป สหรัฐอเมริกา จีน และรัสเซียจะไม่สามารถกลับสู่สภาพเดิมได้อีก

ประเทศส่วนใหญ่ของโลกตกอยู่ในสภาพเกือบล่มสลาย แต่สหภาพยุโรปจะหนีพ้นความเสียหายขั้นรุนแรง สหภาพยุโรปสัญญาที่จะให้การสนับสนุนจีนและรัสเซีย แต่ในช่วงสงคราม สหภาพยุโรปจะไม่เข้าร่วมในการต่อสู้อย่างจริงจังเพื่อหลีกความสูญเสียที่ประเทศอื่นได้รับ

เมื่อมหาอำนาจจำนวนมากของโลก (ซึ่งรวมถึงสหรัฐอเมริกา) ประสบกับความเสียหายอย่างรุนแรงและสูญเสียอำนาจของตนไปในการทำสงครามที่ไม่เคยเกิดขึ้นมาก่อน สหภาพยุโรปจะกลายเป็นพันธมิตรแห่งชาติที่มีแสนยานุภาพมากที่สุดเพียงกลุ่มเดียวและจะปกครองโลก ช่วงแรกสหภาพยุโรปเพียงแต่เฝ้าดูการดำเนินไปของสงครามและเมื่อประเทศอื่นถูกทำลายจนราบคาบทางด้านเศรษฐกิจและการทหาร เวลานั้นสหภาพยุโรปจะก้าวเข้ามาเพื่อแก้ปัญหาสงคราม ประเทศต่าง ๆ ไม่มีทางเลือกอื่นนอกจากจะยอมปฏิบัติตามมติของสหภาพยุโรปเพราะประเทศเหล่านั้นได้สูญเสียอำนาจทั้งสิ้นของตนไปแล้ว

ระยะที่สองของช่วงเจ็ดปีแห่งความทุกข์เวทนาครั้งใหญ่จะเริ่มต้นจากจุดนี้เป็นต้นไปและจะดำเนินไปเป็นเวลาอีกสามปีครึ่ง ผู้เป็นปฏิปักษ์ของพระคริสต์ซึ่งเป็นผู้นำของสหภาพยุโรปจะควบคุมโลกทั้งโลกเอาไว้และจะเชิดชูตนเองขึ้นจากจุดนี้เป็นต้นไป ผู้เป็นปฏิปักษ์ของพระคริสต์จะทรมานและข่มเหงทุกคนที่ต่อต้านตน

การเปิดเผยลักษณะที่แท้จริงของผู้เป็นปฏิปักษ์ของพระคริสต์

ในระยะแรกของสงครามโลกครั้งที่สามหลายประเทศจะประสบกับความเสียหายอย่างรุนแรงจากสงครามและสหภาพยุโรปสัญญาที่จะให้การสนับสนุนประเทศเหล่านั้นผ่านจีนและรัสเซีย อิสราเอลจะถูกสังเวยในฐานะศูนย์กลางของสงครามและในเวลานี้สหภาพยุโรปสัญญาที่จะสร้างพระวิหารอันศักดิ์สิทธิ์ของพระเจ้าที่อิสราเอลเฝ้ารอคอยขึ้นใหม่ เมื่ออิสราเอลได้รับรางวัลปลอบใจนี้จากสหภาพยุโรปคนเหล่านี้จะใฝ่ฝันถึงการรื้อฟื้นสง่าราศีในพระพรของพระเจ้าที่ตนเคยได้รับในอดีตขึ้นมาใหม่ ผลลัพธ์ก็คืออิสราเอลจะกลายเป็นพันธมิตรกับสหภาพยุโรป

เนื่องจากการสนับสนุนที่เขาให้กับอิสราเอล ประธานสหภาพ

ยุโรปจะได้รับการยอมรับให้เป็น “ผู้ช่วยให้รอด” ของชาวยิว สงครามที่ยืดเยื้อในตะวันออกกลางจะสิ้นสุดลงและคนเหล่านั้นจะรื้อฟื้นดินแดนศักดิ์สิทธิ์ขึ้นมาใหม่และสร้างพระวิหารอันศักดิ์สิทธิ์ของพระเจ้า ชาวยิวจะเชื่อว่าพระเมสสิยาห์และกษัตริย์ของตน (ซึ่งเขาเฝ้ารอคอยมาเป็นเวลานาน) เสด็จมาแล้วและพระเมสสิยาห์องค์นี้ได้รื้อฟื้นอิสราเอลขึ้นมาใหม่พร้อมทั้งได้เชิดชูชนชาตินี้ขึ้นมาอีก

แต่ในไม่ช้าความคาดหวังและความยินดีของคนเหล่านี้จะมลายไป เมื่อมีสิ่งที่ไม่คาดฝันบางอย่างปรากฏอยู่ในพระวิหารอันศักดิ์สิทธิ์ของพระเจ้าซึ่งถูกสร้างขึ้นใหม่ในกรุงเยรูซาเล็ม สิ่งนี้ถูกถูกพยากรณ์ไว้ในหนังสือดาเนียล

ท่านจะทำพันธสัญญาเข้มแข็งกับคนเป็นอันมากอยู่หนึ่งสัปตะ ท่านจะกระทำให้การถวายสัตวบูชาและเครื่องบูชาอื่น ๆ หยุดไปครึ่งสัปตะ ผู้ที่จะกระทำให้เกิดความวิบัตินั้นจะมาบนปีกของสิ่งน่าสะอิดสะเอียนจนความอวสานที่ได้กำหนดไว้จะถูกเทลงเหนือผู้กระทำให้เกิดความวิบัตินั้น (ดาเนียล 9:27)

กองทัพของเขาจะมาทำสถานนมัสการ คือป้อมปราการให้เป็นมลทินและจะให้เลิกเครื่องเผาบูชาเนืองนิตย์นั้นเสียและเขาทั้งหลายจะตั้งสิ่งที่น่าสะอิดสะเอียนซึ่งกระทำให้เกิดความวิบัติขึ้น (ดาเนียล 11:31)

และตั้งแต่เวลาที่ให้เลิกเครื่องเผาบูชาเนืองนิตย์เสียนั้นและให้ตั้งสิ่งที่น่าสะอิดสะเอียนซึ่งกระทำให้เกิดความวิบัติขึ้น จะเป็นเวลาหนึ่งพันสองร้อยเก้าสิบวัน (ดาเนียล 12:11)

พระคัมภีร์ข้อต่าง ๆ เหล่านี้ล้วนกล่าวพาดพิงถึงเหตุการณ์เดียวกัน นี่คือเหตุการณ์ที่จะเกิดขึ้นในยุคสุดท้ายและพระเยซูตรัสถึงวาระสุดท้ายด้วยพระคัมภีร์ข้อต่อไปนี้

พระองค์ตรัสไว้ในมัทธิว 24:15-16 ว่า "เหตุฉะนั้น เมื่อท่านทั้งหลายเห็นสิ่งอันน่าสะอิดสะเอียนซึ่งกระทำให้เกิดความวิบัติตามพระวจนะที่ตรัสโดยดาเนียลผู้เผยพระวจนะนั้น ตั้งอยู่ในสถานบริสุทธิ์ (ให้ผู้อ่านเข้าใจเอาเถิด) เวลานั้นให้ผู้ที่อยู่ในแคว้นยูเดียหนีไปยังภูเขา"

ตอนแรกชาวยิวจะเชื่อว่าสหภาพยุโรปที่สร้างพระวิหารอันศักดิ์สิทธิ์ของพระเจ้าขึ้นใหม่ในดินแดนศักดิ์สิทธิ์กระทำสิ่งที่บริสุทธิ์ศักดิ์สิทธิ์ แต่เมื่อมีสิ่งที่น่าสะอิดสะเอียนตั้งอยู่ในสถานที่อันศักดิ์สิทธิ์แห่งนั้น คนเหล่านี้จะรู้สึกตกตะลึงและเริ่มตระหนักว่าสิ่งที่ตนเองเชื่อนั้นผิดมาโดยตลอด คนเหล่านี้เริ่มรู้ว่าตนมองไม่เห็นพระเยซูคริสต์และไม่ได้ยอมรับว่าพระองค์เป็นพระเมสสิยาห์ของตนและพระผู้ช่วยให้รอดของมนุษยชาติ

นี่คือเหตุผลสำคัญที่อิสราเอลจำเป็นต้องตื่นตัวขึ้นในเวลานี้ ถ้าอิสราเอลไม่ยอมตื่นตัวในเวลานี้ คนเหล่านี้จะไม่มีวันรู้จักความจริงในเวลาที่เหมาะสม ถ้าอิสราเอลตระหนักถึงความจริงข้อนี้สายเกินไป ความจริงนี้เป็นสิ่งที่ไม่สามารถนำกลับคืนมาได้อีก

ข้าพเจ้าหวังว่าอิสราเอลจะตื่นขึ้นเพื่อเขาจะไม่ตกอยู่ในการทดลองของผู้เป็นปฏิปักษ์ของพระคริสต์และรับเอาเครื่องหมายของสัตว์ร้าย ถ้าอิสราเอลถูกหลอกล่อด้วยถ้อยคำอันนุ่มนวลและเย้ายวนใจของผู้เป็นปฏิปักษ์ของพระคริสต์ซึ่งสัญญาที่จะมอบสันติภาพและความมั่งคั่งให้กับเขาพร้อมทั้งรับเอาเครื่องหมาย "666" ซึ่งเป็นเครื่องหมายของสัตว์ร้าย อิสราเอลก็จะถูกชักนำไปสู่หนทางแห่งความตายนิรันดร์ซึ่งไม่อาจเพิกถอนได้

สิ่งที่น่าสมเพชยิ่งกว่านั้นก็คือชาวยิวจำนวนมากจะตระหนักว่าความเชื่อของตนผิดมาโดยตลอดหลังจากที่มีการเปิดเผยถึงลักษณะของสัตว์ร้ายในคำพยากรณ์ของหนังสือดาเนียลแล้วเท่านั้น ข้าพเจ้าห

วังว่าหนังสือเล่มนี้จะช่วยให้ท่านยอมรับว่าพระเจ้าได้ทรงส่งพระเมสสิยาห์เข้ามาในโลกแล้วและหวังว่าท่านจะหนีพ้นจากการเข้าไปสู่ช่วงเจ็ดปีแห่งความทุกข์เวทนาครั้งใหญ่

ด้วยเหตุนี้ เหมือนที่ข้าพเจ้ากล่าวไว้ในเบื้องต้นว่าท่านจำเป็นต้องต้อนรับเอาพระเยซูคริสต์และมีความเชื่อที่ถูกต้องในสายพระเนตรของพระเจ้า นี่เป็นหนทางเดียวที่ท่านจะสามารถหนีพ้นจากช่วงเจ็ดปีแห่งความทุกข์เวทนาครั้งใหญ่นั้นได้

ถ้าท่านไม่ถูกรับขึ้นไปสู่สวรรค์และถูกละไว้บนโลกนี้ในช่วงการเสด็จกลับมาครั้งที่สองขององค์พระผู้เป็นเจ้าจะเป็นสิ่งที่น่าสมเพชมากทีเดียว แต่ท่านยังมีโอกาสที่สองที่จะได้รับความรอด

ข้าพเจ้าขอวิงวอนท่านให้ต้อนรับเอาพระเยซูคริสต์ในทันทีเพื่อท่านจะดำเนินชีวิตในสามัคคีธรรมกับพี่น้องชายหญิงในพระคริสต์ แม้กระทั่งเวลานี้ก็ยังไม่สายเกินไปสำหรับท่านที่จะเรียนรู้ถึงวิธีการที่ท่านจะรักษาความเชื่อของตนเอาไว้ในช่วงแห่งความทุกข์เวทนาครั้งใหญ่ที่จะมาถึงและพบกับหนทางไปสู่โอกาสสุดท้ายของการรับความรอดที่พระเจ้าทรงจัดเตรียมไว้ให้ท่านพร้อมทั้งรับการชี้นำในแนวทางดังกล่าวผ่านทางพระคัมภีร์และหนังสือเล่มนี้

ความรักมั่นคงของพระเจ้า

พระเจ้าทรงกระทำให้การจัดเตรียมของพระองค์ในเรื่องความรอดของมนุษย์สำเร็จโดยทางพระเยซูคริสต์และผู้ใดก็ตามที่ต้อนรับเอาพระเยซูเป็นพระผู้ช่วยให้รอดของตนและ-ทำตามน้ำพระทัยของพระเจ้า พระเจ้าทรงโปรดให้เขาเป็นบุตรของพระองค์และอนุญาตให้เขาชื่นชมกับชีวิตนิรันดร์โดยไม่ว่าบุคคลนั้นจะเป็นชนชาติหรือเผ่าพันธุ์ใดก็ตาม

แต่เกิดอะไรขึ้นกับอิสราเอลและประชากรของประเทศนี้ หลายคนไม่ได้ต้อนรับพระเยซูคริสต์และอยู่ห่างไกลจากหนทางแห่งความรอด น่าสมเพชที่คนเหล่านี้ไม่รู้จักหนทางแห่งความรอดโดยทางพระเยซูคริสต์แม้ในช่วงเวลาที่พระองค์เสด็จมาอีกครั้งหนึ่งในฟ้าอากาศและรับเอาบุตรของพระเจ้าที่ได้รับความรอดขึ้นไปยังฟ้าอากาศ

ถ้าเช่นนั้นจะเกิดอะไรขึ้นกับอิสราเอลชนชาติที่พระเจ้าทรงเลือก คนเหล่านี้จะถูกกันออกไปจากกลุ่มคนที่รอดและเป็นบุตรของพระเจ้าหรือไม่ พระเจ้าแห่งความรักทรงจัดเตรียมแผนการอันอัศจรรย์ของพระองค์ไว้ในช่วงสุดท้ายแห่งประวัติศาสตร์ของมนุษย์

พระเจ้ามิใช่มนุษย์จึงมิได้มุสาและมิได้เป็นบุตรของมนุษย์จึงไม่ต้องกลับใจ ที่พระองค์ตรัสไปแล้ว พระองค์ก็จะมิทรงกระทำตามหรือที่พระองค์ทรงลั่นวาจาแล้ว จะไม่ทรงกระทำให้สำเร็จหรือ (กันดารวิถี 23:19)

การจัดเตรียมขั้นสุดท้ายที่พระเจ้าทรงวางแผนไว้สำหรับอิสราเอลในวาระสุดท้ายคืออะไร พระเจ้าทรงจัดเตรียมหนทางแห่ง

“ความรอดอย่างทรหด” ไว้สำหรับอิสราเอลชนชาติทีพระองค์ทรงเลือกเพือคนเหล่านีจะสามารถเข้าสู่ความรอดโดยยอมรับว่าพระเยซูทีคนเหล่านีตรึงบนไม้กางเขนคือพระเมสสิยาห์ซึงเขาเฝ้ารอคอยมาเป็นเวลานานและกลับใจจากความบาปของตนอย่างแท้จริงต่อพระพักตร์พระเจ้า

ความรอดอย่างทรหด

เนืองจากคนเหล่านีเห็นผู้คนจำนวนมากถูกรับขึนไปสวรรค์และเริมรู้จักความจริง ในช่วงเจ็ดปีแห่งความทุกข์เวทนาครั้งใหญ่ชาวยิวบางคนทีถูกละไว้บนแผ่นดินโลกจะเชือและยอมรับด้วยจิตใจของตนว่าสวรรค์และนรกมีอยู่จริง พระเจ้าทรงพระชนม์อยู่ และพระเยซูคริสต์ทรงเป็นพระผู้ช่วยให้รอดของเราแต่เพียงผู้เดียว ยิงกว่านัน คนเหล่านีพยายามทีจะไม่รับเอาเครืองหมายของสัตว์ร้ายหลังจากการถูกรับขึนไป คนเหล่านีจะเปลียนแปลงใหม่ อ่านพระคำของพระเจ้าทีบันทึกไว้ในพระคัมภีร์ ร่วมกันนมัสการพระเจ้า และพยายามดำเนินชีวิตด้วยพระคำของพระองค์

ในระยะแรกของช่วงแห่งความทุกข์เวทนาครั้งใหญ่ผู้คนจำนวนมากจะสามารถดำเนินชีวิตตามความเชือของตนและสามารถประกาศพระกิตติคุณกับคนอืนเพราะการข่มเหงอย่างเป็น-ระบบยังจะไม่บังเกิดขึน คนเหล่านีจะไม่รับเอาเครืองหมายของสัตว์ร้ายเพราะเขารู้ว่าตนจะไม่ได้รับความรอดด้วยเครืองหมายนันและพยายามอย่างดีทีสุดทีจะดำเนินชีวิตให้มีคุณค่าเพือจะได้รับความรอดแม้กระทังในช่วงแห่งความทุกข์เวทนาครั้งใหญ่ แต่เป็นการยากอย่างยิงทีคนเหล่านีจะรักษาความเชือของตนเอาไว้เนืองจากพระวิญญาณบริสุทธิ์ไม่ได้อยู่ในโลกนีแล้ว

ผู้คนจำนวนมากจะร้องไห้หลั่งน้ำตาเพราะไม่มีใครนำเขาใน การนมัสการและช่วยเพิ่มพูนความเชื่อให้กับเขา คนเหล่านี้ต้อง รักษาความเชื่อของตนโดยปราศจากการปกป้องคุ้มครองและก ารเสริมกำลังของพระเจ้า ผู้คนจะร้องไห้คร่ำครวญเพราะความเ สียใจที่ตนไม่ได้ทำตามคำสั่งสอนแห่งพระคำของพระเจ้าแม้เขา เคยได้รับคำแนะนำให้ต้อนรับเอาพระเยซูคริสต์และดำเนินชีวิต ในความเชื่อด้วยความสัตย์ซื่อ คนเหล่านี้จำเป็นต้องรักษาความเชื่อ ของตนเอาไว้ภายใต้ความทุกข์ยากลำบากและการข่มเหงทุกรูปแบ บในโลกนี้ซึ่งจะทำให้เขาประสบกับความยากลำบากในการค้นหาพ ระคำที่แท้จริงของพระเจ้า

บางคนจะซ่อนตัวอยู่ในป่าลึกบนภูเขาที่อยู่ห่างไกลเพื่อจะหลีกเลี่ ยงการรับเอาหมายเลข "666" ซึ่งเป็นเครื่องหมายของสัตว์ร้าย คนเ หล่านี้ต้องเสาะหาพืชผักและรากไม้รวมทั้งฆ่าสัตว์เพื่อเป็นอาหารเพ ราะเขาไม่สามารถซื้อหรือขายสิ่งใดเพื่อให้ได้มาซึ่งอาหารโดยไม่มีเ ครื่องหมายของสัตว์ร้าย แต่ในระยะที่สองของช่วงแห่งความทุกข์เว ทนาครั้งใหญ่ซึ่งเป็นเวลาสามปีครึ่งกองทัพของผู้เป็นปฏิปักษ์ของพ ระคริสต์จะไล่ล่าผู้เชื่ออย่างเข้มงวดและจริงจัง ไม่ว่าผู้เชื่อจะซ่อนตั วอยู่ตามภูเขาที่ห่างไกลสักเพียงใดก็ตาม กองทัพก็จะค้นหาคนเหล่า นั้นพบและนำตัวเขามาได้

รัฐบาลของสัตว์ร้ายจะจับตัวผู้คนที่ไม่ได้รับเอาเครื่องหมายของ สัตว์ร้ายและบังคับคนเหล่านั้นให้ปฏิเสธองค์พระผู้เป็นเจ้าพร้อมกับ รับเอาเครื่องหมายของสัตว์ร้ายด้วยวิธีการทรมานอย่างรุนแรง ในที่ สุดหลายคนจะยอมจำนนและไม่มีทางเลือกอื่นนอกจากจะรับเอาเค รื่องหมายของสัตว์ร้ายเพราะความเจ็บปวดและความสยดสยองที่ต นได้รับ

กองทัพจะแขวนคนเหล่านี้ไว้บนกำแพงในสภาพเปลือยเปล่าและใช้สว่านมือเจาะตามร่างกายของเขา ทหารจะถลกหนังของเขาตั้งแต่ศีรษะจรดนิ้วเท้า พวกทหารจะทรมานลูก ๆ ของคนเหล่านั้นต่อหน้าต่อตาเขา การทรมานที่กองทัพหยิบยื่นให้กับคนเหล่านั้นโหดร้ายทารุณมากจนเป็นการยากที่คนเหล่านั้นจะสละชีพเพื่อความเชื่อของตน

เพราะเหตุนี้จึงมีเพียงไม่กี่คนที่จะเอาชนะการทรมานทั้งหมดด้วยกำลังอันเด็ดเดี่ยวซึ่งอยู่เหนือความจำกัดของกำลังมนุษย์และสละชีพเพื่อความเชื่อของตนซึ่งจะทำให้เขาได้รับความรอดและไปสู่สวรรค์ ดังนั้นบางคนจึงรอดโดยการรักษาความเชื่อของตนโดยไม่ยอมทรยศต่อองค์พระผู้เป็นเจ้าและสละชีพของตนเพื่อความเชื่อภายใต้การบีบบังคับของผู้เป็นปฏิปักษ์ของพระคริสต์ในช่วงแห่งความทุกข์เวทนาครั้งใหญ่ เราเรียกความรอดนี้ว่า "ความรอดอย่างทรหด"

พระเจ้าทรงมีความลับอันลึกซึ้งในการที่พระองค์ทรงจัดเตรียมความรอดอย่างทรหดไว้ให้กับอิสราเอลชนชาติที่พระองค์ทรงเลือก ความลับนี้ได้แก่ "พยานทั้งสอง" และสถานที่แห่งหนึ่งซึ่งมีชื่อว่า "เพตรา"

การปรากฏตัวและภารกิจของพยานทั้งสอง

วิวรณ์ 11:3 กล่าวว่า "และเราจะให้ฤทธิ์อำนาจแก่พยานทั้งสองของเราเพื่อให้เผยพระวจนะตลอดพันสองร้อยหกสิบวันและให้เขาแต่งตัวด้วยผ้ากระสอบ" พยานทั้งสองคือผู้ที่พระเจ้าทรงกำหนดไว้ในแผนการของพระองค์ตั้งแต่กาลก่อนเพื่อช่วยอิสราเอลชนชาติที่พระเจ้าทรงเลือกให้รอด บุคคลทั้งสองจะเป็นพยานกับชาวยิวในอิสราเอลว่าพระเยซูคริสต์ทรงเป็นพระเมสสิยาห์ที่พระคัมภีร์เดิมพยากร

ณ์ไว้

พระเจ้าตรัสกับข้าพเจ้าเกี่ยวกับพยานทั้งสอง พระองค์ทรงอธิบายถึงพยานทั้งสองนี้ว่าคนเหล่านี้ไม่ใช่ผู้สูงวัย เขาดำเนินชีวิตอยู่ในความชอบธรรมและมีจิตใจเที่ยงตรง พระเจ้าทรงอนุญาตให้ข้าพเจ้าทราบถึงเนื้อหาของคำอธิษฐานของพยานคนหนึ่งต่อพระพักตร์พระเจ้า คำอธิษฐานของพยานคนนั้นระบุว่าเขาเคยเชื่อถือในลัทธิยูดา แต่เขาได้ยินว่ามีผู้คนจำนวนมากเชื่อในพระเยซูคริสต์ในฐานะพระผู้ช่วยให้รอดและประกาศถึงพระองค์ ดังนั้นพยานคนนี้จึงอธิษฐานทูลขอความช่วยเหลือจากพระเจ้าเพื่อให้ช่วยเขาวินิจฉัยว่าสิ่งใดถูกต้องและเป็นความจริงโดยกล่าวว่า

"โอ ข้าแต่พระเจ้า สิ่งที่เป็นปัญหาในจิตใจของข้าพระองค์นี้คืออะไร สิ่งที่ข้าพระองค์เคยได้ยินจากพ่อแม่และข้าพระองค์ได้พูดถึงเรื่องนี้มาตั้งแต่เด็กข้าพระองค์เชื่อเป็นความจริง แล้วสิ่งที่เป็นปัญหาและคำถามในจิตใจของข้าพระองค์คืออะไร คนจำนวนมากบอกเล่าถึงพระเมสสิยาห์ แต่ถ้ามีใครสักคนหนึ่งบอกให้ข้าพระองค์ทราบและแสดงหลักฐานให้ข้าพระองค์เห็นอย่างชัดเจนว่าเป็นการถูกต้องหรือไม่ที่จะเชื่อในสิ่งเหล่านั้นหรือว่าข้าพระองค์ควรจะเชื่อเฉพาะในสิ่งที่ข้าพระองค์เคยได้ยินมาตั้งแต่เด็ก ข้าพระองค์จะขอบคุณบุคคลนั้นด้วยความชื่นชมยินดี แต่ข้าพระองค์มองไม่เห็นอะไรเลย ถ้าข้าพระองค์ทำตามสิ่งที่คนเหล่านั้นพูดก็หมายความว่าสิ่งที่ข้าพระองค์เคยถือรักษามาตั้งแต่เด็กเป็นสิ่งที่ไร้ความหมายและโง่เขลา อะไรคือสิ่งที่ถูกต้องในสายพระเนตรของพระองค์ พระบิดาเจ้า ถ้าเป็นน้ำพระทัยของพระองค์ ขอโปรดสำแดงให้ข้าพระองค์เห็นบุคคลที่จะสามารถพิสูจน์ทุกสิ่งและเข้าใจทุกสิ่ง ขอให้บุคคลนั้นมาหาข้าพระองค์และสอนข้าพระองค์ว่าอะไรคือสิ่งที่ถูกต้องและอะไ

รคือสิ่งที่เป็นความจริง เมื่อข้าพระองค์มองขึ้นไปยังท้องฟ้า จิตใจของข้าพระองค์เต็มไปด้วยปัญหา และถ้าจะมีใครสามารถแก้ปัญหานี้ได้ ขอโปรดส่งบุคคลนั้นมาหาข้าพระองค์ด้วยเถิด ข้าพระองค์ไม่อาจทรยศต่อสิ่งที่ข้าพระองค์เคยเชื่อ และเมื่อข้าพระองค์ไตร่ตรองถึงสิ่งเหล่านี้ ถ้าหากมีใครสักคนที่สามารถสอนข้าพระองค์และแสดงสิ่งต่าง ๆ ให้ข้าพระองค์เห็น ถ้าเพียงแต่บุคคลนั้นสามารถแสดงให้ข้าพระองค์เห็นถึงความจริง ข้าพระองค์ก็จะไม่ได้ทรยศต่อสิ่งที่ข้าพระองค์เคยเรียนรู้และพบเห็น เพราะฉะนั้น พระบิดาเจ้า ขอโปรดสำแดงให้ข้าพระองค์เห็น ขอประทานความเข้าใจสิ่งสารพัดเหล่านี้แก่ข้าพระองค์ ข้าพระองค์มีปัญหากับหลายสิ่งหลายอย่าง ก่อนหน้านี้ข้าพระองค์เคยเชื่อว่าสิ่งสารพัดที่ข้าพระองค์ได้ยินเป็นความจริง แต่เมื่อข้าพระองค์ใคร่ครวญถึงสิ่งเหล่านั้นซ้ำแล้วซ้ำอีก ข้าพระองค์กลับมีคำถามมากมายและความกระหายของข้าพระองค์ยังไม่ได้รับการตอบสนอง ทำไมจึงเป็นเช่นนั้นพระเจ้าข้า เพราะเหตุนี้ ถ้าเพียงแต่ข้าพระองค์สามารถมองเห็นสิ่งเหล่านี้และแน่ใจในสิ่งเหล่านี้ ถ้าเพียงแต่ข้าพระองค์สามารถแน่ใจว่านี่ไม่ใช่การทรยศต่อวิถีที่ข้าพระองค์เคยดำเนินก่อนหน้านี้ ถ้าเพียงแต่ข้าพระองค์มองเห็นว่าอะไรคือความจริง ถ้าเพียงแต่ข้าพระองค์สามารถรู้ถึงสิ่งต่าง ๆ ที่ข้าพระองค์คิดใคร่ครวญ ข้าพระองค์ก็จะมีสันติสุขภายในจิตใจของข้าพระองค์"

พยานทั้งสองซึ่งเป็นคนยิวกำลังแสวงหาความจริงอย่างหิวกระหายและพระเจ้าจะทรงตอบสนองคนทั้งสอง พระองค์จะทรงส่งคนของพระเจ้าไปหาบุคคลทั้งสอง พยานทั้งสองจะรู้ถึงการจัดเตรียมของพระเจ้าในเรื่องการฝึดร่อนมนุษย์และจะต้อนรับเอาพระเยซูคริสต์ผ่านทางคนของพระเจ้า ทั้งสองคนจะอาศัยอยู่บนแผ่นดินโลกในช่วงเจ็ดปีแห่งความทุกข์เวทนาครั้งใหญ่และจะทำพันธกิจเพื่อทำให้อิสรา

เอลกลับใจและได้รับความรอด พยานทั้งสองจะได้รับฤทธิ์อำนาจพิเศษของพระเจ้าและจะเป็นพยานเรื่องพระเยซูคริสต์กับอิสราเอล

พยานทั้งสองจะได้รับการชำระให้บริสุทธิ์อย่างสมบูรณ์ต่อพระพักตร์พระเจ้าและจะทำภารกิจเป็นเวลา 42 เดือนตามที่บันทึกไว้ในวิวรณ์ 11:2 สาเหตุที่พยานทั้งสองมาจากอิสราเอลก็เพราะอิสราเอลเป็นจุดเริ่มต้นและจุดสิ้นสุดของพระกิตติคุณ พระกิตติคุณแพร่กระจายออกไปทั่วโลกผ่านทางอัครทูตเปาโล (โดยเริ่มต้นที่อิสราเอล) และบัดนี้พระกิตติคุณกำลังกลับมายังอิสราเอลอีกครั้งหนึ่งซึ่งเคยเป็นจุดเริ่มต้น เมื่อนั้นภารกิจของพระกิตติคุณจะเสร็จสิ้นสมบูรณ์

พระเยซูตรัสไว้ในกิจการ 1:8 ว่า "แต่ท่านทั้งหลายจะได้รับพระราชทานฤทธิ์เดชเมื่อพระวิญญาณบริสุทธิ์จะเสด็จมาเหนือท่านและท่านทั้งหลายจะเป็นพยานฝ่ายเราในกรุงเยรูซาเล็ม ทั่วแคว้นยูเดีย แคว้นสะมาเรีย และจนถึงที่สุดปลายแผ่นดินโลก" คำว่า "ที่สุดปลายแผ่นดินโลก" ในที่นี้หมายถึงอิสราเอลซึ่งเป็นจุดหมายปลายทางสุดท้ายของพระกิตติคุณ

พยานทั้งสองจะประกาศข่าวสารเรื่องไม้กางเขนกับชาวยิวและจะอธิบายถึงหนทางแห่งความรอดกับคนเหล่านั้นด้วยฤทธิ์อำนาจอันยิ่งใหญ่ของพระเจ้า ทั้งสองจะกระทำการอัศจรรย์และหมายสำคัญหลายอย่างเพื่อยืนยันถึงข่าวสารที่ตนประกาศ พยานทั้งสองมีฤทธิ์อำนาจที่จะปิดท้องฟ้าเพื่อไม่ให้ฝนตกในวันที่เขาประกาศพระวจนะและฤทธิ์อำนาจเหนือแม่น้ำเพื่อเปลี่ยนแม่น้ำให้เป็นเลือดรวมทั้งสามารถทำให้เกิดโรคระบาดบนแผ่นดินโลกได้ตามที่เขาต้องการ

ชาวยิวจำนวนมากจะหันกลับมาหาองค์พระผู้เป็นเจ้าผ่านภารกิจดังกล่าว แต่ในเวลาเดียวกันจะมีบางคนที่ไร้จิตสำนึกและพยายามฆ่าพยานทั้งสอง ผู้คนที่เกลียดชังพยานทั้งสองไ

ม่ใช่เฉพาะชาวยิวเท่านั้นแต่ยังมีคนชั่วร้ายที่อยู่ภายใต้การควบคุมของผู้เป็นปฏิปักษ์ของพระคริสต์จากหลายประเทศที่เกลียดชังและพยายามฆ่าพยานทั้งสองคน

การสละชีพเพื่อความเชื่อและการเป็นขึ้นมาของพยานทั้งสอง

ฤทธิ์อำนาจที่พยานทั้งสองมีนั้นยิ่งใหญ่มากจนไม่มีใครสามารถทำอันตรายเขาได้ ในที่สุดเจ้าหน้าที่ของประเทศต่าง ๆ จะร่วมกันสังหารบุคคลทั้งสอง แต่เหตุผลที่พยานทั้งสองถูกฆ่าไม่ใช่เพราะเจ้าหน้าที่ของประเทศเหล่านั้น แต่เพราะเป็นน้ำพระทัยของพระเจ้าเพื่อให้คนทั้งสองสละชีพเพื่อความเชื่อในเวลาที่กำหนดไว้ สถานที่ซึ่งพยานทั้งสองจะถูกสังหารเป็นสถานที่ซึ่งชาวยิวเคยใช้เพื่อตรึงพระเยซู สิ่งนี้บ่งบอกถึงการเป็นขึ้นมาของพยานทั้งสอง

เมื่อพระเยซูสิ้นพระชนม์ ทหารโรมเฝ้าอุโมงค์ของพระองค์ไว้เพื่อไม่ให้ผู้ใดขโมยพระศพของพระองค์ไป แต่พระศพของพระองค์ไม่ได้อยู่ในอุโมงค์อีกเพราะพระองค์ทรงเป็นขึ้นมา ผู้คนที่สังหารพยานทั้งสองจดจำเรื่องราวนี้ได้และเป็นห่วงว่าจะมีคนมาขโมยศพของพยานทั้งสองไป เพราะเหตุนี้คนเหล่านั้นไม่ยอมให้นำศพของพยานทั้งสองไปฝังไว้ในอุโมงค์แต่จะนำศพของเขาไปวางไว้บนท้องถนนเพื่อให้ผู้คนทั้งโลกจะมองดูศพของพยานทั้งสอง คนชั่วร้ายเหล่านั้น (ซึ่งจิตสำนึกของเขามืดบอดไปเนื่องจากพระกิตติคุณที่พยานทั้งสองประกาศ) จะชื่นชมยินดีกับการตายของพยานทั้งสอง

ผู้คนทั้งโลกจะชื่นชมยินดีและเฉลิมฉลองและสื่อสารมวลชนจะเผยแพร่ข่าวการเสียชีวิตของพยานทั้งสองออกไปทั่วโลกผ่านดาวเทียมเป็นเวลาสามวันครึ่ง พยานทั้งสองจะเป็นขึ้นมาจากความตายหลั

งจากสามวันครึ่งผ่านไป ทั้งสองคนจะฟื้นคืนชีพขึ้นมาใหม่และจะถู
กรับขึ้นไปสู่สวรรค์ในหมู่เมฆแห่งสง่าราศีเหมือนที่เอลียาห์เคยถูกรั
บขึ้นไปสู่สวรรค์ด้วยพายุหมุน ภาพเหตุการณ์อันน่าประหลาดนี้จะ
ถูกถ่ายทอดออกไปทั่วโลกและผู้คนจำนวนนับไม่ถ้วนจะเฝ้าชมเหตุ
การณ์นี้

ในชั่วโมงนั้นจะเกิดแผ่นดินไหวครั้งร้ายแรงและหนึ่งในสิบส่วน
ของเมืองจะล่มสลาย ผู้คนเจ็ดพันคนจะเสียชีวิตในเหตุการณ์แผ่นดิ
นไหวครั้งนี้ วิวรณ์ 11:3-13 บรรยายถึงเหตุการณ์ครั้งนี้ไว้โดยละเ
อียด

และเราจะให้ฤทธิ์อำนาจแก่พยานทั้งสองของเราเพื่อให้เผย
พระวจนะตลอดพันสองร้อยหกสิบวันและให้เขาแต่งตัวด้วยผ้าก
ระสอบ พยานทั้งสองนั้นคือต้นมะกอกเทศสองต้นและคันประที
ปสองคันที่ตั้งอยู่เบื้องหน้าพระเจ้าผู้ทรงเป็นเจ้าแห่งแผ่นดินโลก
ถ้าผู้ใดทำร้ายพยานทั้งสองนั้น ไฟก็จะพลุ่งออกจากปากเผาผลาญ
ศัตรูนั้น ถ้าผู้ใดทำร้ายพยานทั้งสอง ผู้นั้นก็จะต้องตาย พยานทั้งสอ
งมีฤทธิ์ปิดท้องฟ้าได้เพื่อไม่ให้ฝนตกในระหว่างวันเหล่านั้นที่เขาก
ำลังเผยพระวจนะและมีฤทธิ์ทำให้น้ำกลายเป็นเลือดได้และมีฤทธิ์บั
นดาลให้ภัยพิบัติต่าง ๆ กระหน่ำโลกกี่ครั้งก็ได้ตามความปรารถนา
และเมื่อเสร็จสิ้นการเป็นพยานแล้ว สัตว์ร้ายที่ขึ้นมาจากบาดาลก็จ
ะสู้รบกับเขาจะชนะเขาและจะฆ่าเขาเสีย และศพของเขาจะอยู่ที่ถน
นมหานครนั้นซึ่งตามอุปมาเรียกว่าเมืองโสโดมและเมืองอียิปต์อันเ
ป็นเมืองซึ่งองค์พระผู้เป็นเจ้าของเขาถูกตรึง คนหลายชาติหลายเผ่
าหลายภาษาหลายประชาชาติจะเพ่งดูศพเขาตลอดสามวันครึ่งและ
จะไม่ยอมให้เอาศพนั้นใส่อุโมงค์เลย คนทั้งหลายซึ่งอยู่ในแผ่นดิน
โลกจะยินดีเพราะเขาและจะสนุกสนานรื่นเริง จะให้ของขวัญแก่กั
นเพราะว่าผู้เผยพระวจนะทั้งสองนี้ได้ทรมานคนเหล่านั้นที่อยู่ในโ

ลก เมื่อเวลาผ่านไปสามวันครึ่งแล้ว ลมปราณจากพระเจ้าก็เข้าสู่ศพของเขาอีกและเขาก็ลุกขึ้นยืน คนทั้งหลายที่ได้เห็นเขาก็มีความหวาดกลัวเป็นอันมาก คนทั้งหลายได้ยินพระสุรเสียงดังมาจากสวรรค์ตรัสแก่เขาว่า "จงขึ้นมาที่นี่เถิด" และพวกศัตรูก็เห็นเขาขึ้นไปในหมู่เมฆสู่สวรรค์ และในเวลานั้นก็เกิดแผ่นดินไหวใหญ่และเมืองนั้นก็ล่มลงเสียหนึ่งในสิบส่วน มีคนตายเพราะแผ่นดินไหวเจ็ดพันคนและคนที่เหลืออยู่นั้นมีความหวาดกลัวยิ่งและได้ถวายพระเกียรติแด่พระเจ้าแห่งสวรรค์ (วิวรณ์ 11:3-13)

ไม่ว่าคนเหล่านั้นจะหยิ่งผยองสักเพียงใดก็ตาม ถ้าเขามีความดีงามอยู่บ้างในจิตใจของเขา คนเหล่านั้นก็จะรู้ว่าการเกิดแผ่นดินไหวใหญ่รวมทั้งการเป็นขึ้นมาและการถูกรับขึ้นไปสู่สวรรค์ของพยานทั้งสองเป็นการทำงานของพระเจ้าและเขาจะถวายเกียรติยศแด่พระองค์ คนเหล่านั้นจะรู้ถึงข้อเท็จจริงว่าพระเยซูทรงเป็นขึ้นมาด้วยฤทธิ์อำนาจของพระเจ้าเมื่อประมาณสองพันปีที่แล้ว แม้จะมีเหตุการณ์ต่าง ๆ เหล่านี้เกิดขึ้นแต่จะมีคนชั่วร้ายบางคนที่ไม่ได้ถวายเกียรติยศแด่พระเจ้า

ข้าพเจ้าขอวิงวอนท่านทุกคนให้รับเอาความรักของพระเจ้า พระเจ้าทรงปรารถนาที่จะช่วยท่านให้รอดจนวินาทีสุดท้ายและทรงปรารถนาให้ท่านฟังเสียงของพยานทั้งสอง บุคคลทั้งสองจะเป็นพยานด้วยฤทธิ์อำนาจอันยิ่งใหญ่ของพระเจ้าว่าเขามาจากพระเจ้า ทั้งสองจะทำให้ผู้คนจำนวนมากรู้ถึงความรักและน้ำพระทัยของพระเจ้าที่มีต่อเขา พยานทั้งสองจะนำท่านไปสู่โอกาสสุดท้ายของการได้รับความรอด

ข้าพเจ้าขอร้องท่านว่าอย่าอยู่ข้างศัตรูผู้เป็นสมุนของผีมารซาตานซึ่งจะนำท่านไปสู่หนทางแห่งความพินาศ แต่ขอให้ท่านจงฟังเสียง

ของพยานทั้งสองและไปถึงความรอด

"เพตรา" คือที่ลี้ภัยสำหรับชาวยิว

ความลับอีกประการหนึ่งที่พระเจ้าทรงวางแผนไว้สำหรับอิสราเอลชนชาติที่พระองค์ทรงเลือกได้แก่ "เพตรา" ซึ่งเป็นที่ลี้ภัยในช่วงเจ็ดปีแห่งความทุกข์เวทนาครั้งใหญ่ อิสยาห์ 16:1-4 อธิบายเกี่ยวกับสถานที่ซึ่งมีชื่อว่า "เพตรา" ไว้ดังนี้

เขาได้ส่งลูกแกะไปยังผู้ปกครองแผ่นดิน จากเส-ลาตามทางถิ่นทุรกันดารไปยังภูเขาแห่งธิดาของศิโยนเหมือนนกที่กำลังบินหนี อย่างลูกนกที่พลัดรัง ธิดาของโมอับเป็นอย่างนั้น ตรงท่าลุยข้ามแม่น้ำอารโนน จงให้คำปรึกษา จงอำนวยความยุติธรรม จงทำร่มเงาของท่านเหมือนกลางคืน ณ เวลาเที่ยงวัน จงช่วยซ่อนผู้ที่ถูกขับไล่ อย่าได้หักหลังผู้ลี้ภัย ให้ผู้ถูกขับไล่ของโมอับอาศัยอยู่ท่ามกลางท่าน จงเป็นที่กำบังภัยแก่เขาให้พ้นจากผู้ทำลาย เมื่อไม่มีผู้บีบบังคับแล้วและการทำลายได้หยุดยั้งแล้ว และเมื่อผู้เหยียบย่ำไว้ได้หายตัวไปจากแผ่นดินแล้ว (อิสยาห์ 16:1-4)

ดินแดนโมอับหมายถึงแผ่นดินจอร์แดนที่อยู่ทางทิศตะวันออกของอิสราเอล "เพตรา" เป็นสถานที่ทางโบราณคดีแห่งหนึ่งทางด้านตะวันตกเฉียงใต้ของจอร์แดนซึ่งตั้งอยู่บนเนินเขาฮอร์ในที่ราบลุ่มท่ามกลางภูเขาซึ่งประกอบกันเป็นปีกทางด้านตะวันออกของแถบอาระบา (วาดิ อาระบา) หุบเขาขนาดใหญ่ที่ทอดตัวจากทะเลตายไปถึงอ่าวอาคาบา "เพตรา" เป็นสถานที่เดียวกันกับ "เส-ลา" ซึ่งแปลว่า "หิน" ตามที่ปรากฏอยู่ใน 2 พงศ์กษัตริย์ 14:7 และอิสยาห์ 16:1

หลังจากองค์พระผู้เป็นเจ้าเสด็จมาอีกครั้งหนึ่งบนฟ้าอากาศ พระองค์จะทรงรับเอาผู้คนที่รอดและนำคนเหล่านั้นเข้าสู่งานเลี้ยงสมรส

เจ็ดปี จากนั้นพระองค์จะเสด็จลงมาบนแผ่นดินโลกพร้อมคนเหล่านั้นและปกครองโลกในยุคพันปี ความทุกข์เวทนาครั้งใหญ่จะปกคลุมโลกเป็นเวลาเจ็ดปีนับจากการเสด็จมาครั้งที่สองขององค์พระผู้เป็นเจ้าในฟ้าอากาศเพื่อรับผู้เชื่อขึ้นไปอยู่กับพระองค์ไปจนถึงการเสด็จลงมาบนแผ่นดินโลกของพระองค์ ในช่วงสามปีครึ่งหลังของความทุกข์เวทนาครั้งใหญ่ (หรือช่วงเวลา 1,260 วัน) คนอิสราเอลจะซ่อนตัวอยู่ในสถานที่ซึ่งพระเจ้าทรงจัดเตรียมไว้ตามแผนการของพระองค์ สถานที่ซ่อนตัวนี้ได้แก่ "เพตรา" (วิวรณ์ 12:6-14)

เพราะเหตุใดชาวยิวจึงต้องมีสถานที่ซ่อนตัว

หลังจากพระเจ้าทรงเลือกสรรชนชาติอิสราเอล อิสราเอลถูกโจมตีและถูกข่มเหงจากชนต่างชาติหลายเผ่าพันธุ์ เหตุผลก็เพราะว่าผีมารซาตานซึ่งต่อสู้กับพระเจ้าอยู่เสมอนั้นพยายามขัดขวางอิสราเอลไม่ให้ได้รับพระพรจากพระเจ้า เรื่องในทำนองเดียวกันจะเกิดขึ้นในช่วงวาระสุดท้ายของโลก

ตลอดระยะเจ็ดปีแห่งความทุกข์เวทนาครั้งใหญ่นั้นเมื่อชาวยิวตระหนักว่าพระเมสสิยาห์และพระผู้ช่วยให้รอดของตนคือพระเยซูผู้ทรงเสด็จมายังโลกนี้เมื่อสองพันปีที่แล้วและพยายามจะกลับใจ ผีมารซาตานจะข่มเหงคนเหล่านั้นเพื่อขัดขวางไม่ให้เขารักษาความเชื่อของตนเอาไว้

พระเจ้าผู้ทรงรอบรู้สิ่งสารพัดได้ทรงจัดเตรียมสถานที่ซ่อนตัวไว้สำหรับอิสราเอลชนชาติที่พระองค์ทรงเลือกสรร พระเจ้าทรงสำแดงความรักของพระองค์ต่อคนเหล่านี้ผ่านสถานที่แห่งนี้และพระองค์จะไม่ทรงสงวนความรักของพระองค์ไว้จากคนเหล่านี้เลย อิสราเอลจะเข้าไปซ่อนตัวอยู่ใน "เพตรา" เพื่อหนีให้พ้นจากผู้ทำลา

ยซึ่งจะเป็นไปตามความรักและแผนการของพระเจ้า

พระเยซูตรัสไว้ในมัทธิว 24:16 ว่า "เวลานั้นให้ผู้ที่อยู่ในแคว้นยูเดียหนีไปยังภูเขา" สถานที่ซ่อนตัวในภูเขาจะช่วยให้ชาวยิวหนีพ้นจากช่วงเจ็ดปีแห่งความทุกข์เวทนาครั้งใหญ่ ที่นั่นคนเหล่านี้จะสามารถรักษาความเชื่อของตนเอาไว้และไปถึงความรอด

เมื่อทูตมรณะสังหารบุตรหัวปีทั้งหมดของอียิปต์ ชาวฮีบรูติดต่อกันอย่างลับ ๆ ด้วยความรวดเร็วและคนเหล่านั้นรอดพ้นจากภัยพิบัติดังกล่าวด้วยการเอาเลือดแกะป้ายที่วงกบประตูบ้านและที่ขื่อบ้านของตน

ในทำนองเดียวกัน ชาวยิวจะติดต่อกันอย่างรวดเร็วว่าเขาควรจะหลบหนีไปอยู่ ณ ที่ใดและเดินทางไปยังสถานที่ซ่อนตัวนั้นก่อนที่รัฐบาลของผู้เป็นปฏิปักษ์ของพระคริสต์จะเริ่มต้นจับกุมเขา คนเหล่านั้นรู้จัก "เพตรา" เพราะมีผู้ประกาศหลายคนกล่าวยืนยันถึงสถานที่แห่งนี้อย่างต่อเนื่อง แม้แต่คนที่ไม่เชื่อก็จะเปลี่ยนความคิดของตนและแสวงหาสถานที่ซ่อนตัวเช่นกัน

สถานที่ซ่อนตัวแห่งนี้จะไม่สามารถรองรับผู้คนที่มีจำนวนมากเกินไปได้ ที่จริงหลายคนที่กลับใจผ่านการทำงานของพยานทั้งสองจะไม่ได้ซ่อนตัวที่ "เพตรา" และจะรักษาความเชื่อของตนเอาไว้ในช่วงแห่งความทุกข์เวทนาครั้งใหญ่ จากนั้นคนเหล่านี้จะสละชีพเพื่อความเชื่อ

ความรักของพระเจ้าผ่านทางพยานทั้งสองและ "เพตรา"

พี่น้องที่รักทุกท่าน ท่านพลาดโอกาสที่จะรับความรอดโดยการถูกรับขึ้นไปแล้วหรือยัง ถ้าท่านเสียโอกาสนั้นไป บัดนี้อย่ารีรอจงมุ่งไปยัง "เพตรา" เพราะที่นั่นเป็นโอกาสสุดท้ายที่ท่านจะได้รับความรอดซึ่งพระเจ้าทรงมอบให้ด้วยพระคุณของพระองค์ อีกไม่นานปฏิปักษ์ของพระคริสต์จะนำเอาความหายนะอันน่าสยดสยองมาสู่ท่

าน ท่านต้องไปซ่อนตัวของท่านที่ "เพตรา" ก่อนที่ประตูแห่งพระคุณโอกาสสุดท้ายจะปิดลงเพราะการแทรกแซงของอำนาจของผู้เป็นปฏิปักษ์ของพระคริสต์

ท่านพลาดโอกาสของการเข้าสู่ "เพตรา" แล้วหรือยัง ทางเดียวที่ท่านจะไปถึงความรอดและเข้าสู่สวรรค์คือการยอมรับเอาองค์พระผู้เป็นเจ้าและไม่รับเอาหมายเลข "666" ซึ่งเป็นเครื่องหมายของสัตว์ร้าย ท่านต้องเอาชนะการทรมานอันโหดเหี้ยมทารุณทุกรูปแบบและยอมสละชีพเพื่อความเชื่อ สิ่งนี้ไม่ใช่เรื่องง่ายแต่ท่านต้องทำเพื่อท่านจะหนีพ้นการทนทุกข์ทรมานชั่วนิจนิรันดร์ในบึงไฟนรก

ข้าพเจ้าปรารถนาให้ท่านมุ่งหน้าไปสู่หนทางแห่งความรอดโดยระลึกถึงความรักมั่นคงของพระเจ้าอยู่ตลอดเวลาและเอาชนะทุกสิ่งทุกอย่างด้วยความกล้าหาญ ในขณะที่ท่านกำลังต่อสู้กับการทดลองและการข่มเหงทุกรูปแบบที่ผู้เป็นปฏิปักษ์ของพระคริสต์จะยัดเยียดให้กับท่าน บรรดาพี่น้องชายหญิงในความเชื่อจะอธิษฐานเผื่อชัยชนะของท่านอย่างร้อนรน

แต่เราปรารถนาให้ท่านต้อนรับเอาพระเยซูคริสต์ก่อนที่สิ่งเหล่านี้จะเกิดขึ้นและถูกรับขึ้นไปสู่สวรรค์พร้อมกับพวกเราและเข้าร่วมในการเลี้ยงสมรสเมื่อองค์พระผู้เป็นเจ้าของเราเสด็จกลับมาอีกครั้งหนึ่ง เราอธิษฐานอย่างไม่หยุดหย่อนด้วยน้ำตาแห่งความรักเผื่อพระเจ้าจะทรงจดจำการกระทำแห่งความเชื่อของบรรดาบรรพบุรุษผู้ยิ่งใหญ่ของท่านและพันธสัญญาที่พระองค์ทรงกระทำไว้กับคนเหล่านั้นพร้อมกับประทานพระคุณแห่งความรอดอันยิ่งใหญ่แก่ท่านอีกครั้งหนึ่ง

ด้วยความรักอันยิ่งใหญ่ของพระเจ้าพระองค์ทรงจัดเตรียมพยานทั้งสองและสถานที่ซ่อนตัว "เพตรา" เอาไว้เพื่อท่านจะยอมรับว่าพร

ะเยซูคริสต์ทรงเป็นพระเมสสิยาห์และพระผู้ช่วยให้รอดและไปถึงความรอด ข้าพเจ้าขอวิงวอนท่านให้จดจำความรักมั่นคงของพระเจ้าผู้ที่ไม่เคยทรงหยุดรักท่านจนถึงวินาทีสุดท้ายในประวัติศาสตร์ของมนุษย์

ก่อนที่จะส่งพยานทั้งสองมาถึงท่านเพื่อเตรียมพร้อมสำหรับความทุกข์เวทนาครั้งใหญ่ที่จะเกิดขึ้น พระเจ้าแห่งความรักได้ทรงส่งคนของพระองค์และทรงโปรดให้คนของพระเจ้าผู้นั้นบอกให้ท่านทราบถึงสิ่งที่จะเกิดขึ้นในวาระสุดท้ายของโลกและนำท่านไปสู่หนทางแห่งความรอด พระเจ้าไม่ทรงปรารถนาให้ท่านแม้แต่คนเดียวเผชิญกับความยากลำบากในช่วงเจ็ดปีแห่งความทุกข์เวทนาครั้งใหญ่ ถ้าหากท่านต้องถูกละไว้บนโลกนี้หลังจากการถูกรับขึ้นไปพระเจ้าทรงปรารถนาให้ท่านคว้าโอกาสสุดท้ายของความรอดเอานี้ไว้ นั่นคือความรักอันยิ่งใหญ่ของพระเจ้า

ช่วงเจ็ดปีแห่งความทุกข์เวทนาครั้งใหญ่จะเริ่มต้นขึ้นอีกไม่นาน ในความทุกข์เวทนาอย่างแสนสาหัสดังกล่าวซึ่งไม่เคยเกิดขึ้นในประวัติศาสตร์ของมนุษย์ พระเจ้าของเราจะทรงกระทำให้แผนการแห่งความรักของพระองค์ที่มีต่ออิสราเอลสำเร็จ ประวัติศาสตร์แห่งการฝึดร่อนมนุษย์จะเสร็จสมบูรณ์พร้อมกับความสำเร็จลุล่วงของประวัติศาสตร์อิสราเอล

ถึงแม้จะต้องมีการเขียน การแก้ไข หรือการปรับปรุงบันทึกประวัติศาสตร์ของอิสราเอลใหม่ในพระคัมภีร์อีกครั้งหนึ่ง พระเจ้าก็ทรงพร้อมที่จะกระทำเช่นนั้นเพื่อทำให้ชาวยิวเข้าใจน้ำพระทัยที่แท้จริงของพระองค์และต้อนรับเอาพระเยซูคริสต์เป็นพระผู้ช่วยให้รอดของตนในทันที ทั้งนี้ก็เพราะว่าความรักของพระเจ้าที่มีต่ออิสราเอลนั้นยิ่งใหญ่เกินกว่าที่จะจินตนาการได้

แต่ชาวยิวจำนวนมากเลือกที่จะเดินตามแนวทางของตนเองทั้งในอดีต ปัจจุบัน และในอนาคตจนกระทั่งคนเหล่านี้พบกับช่วงเวลาทีวิกฤต พระเจ้าผู้ยิ่งใหญ่ทรงทราบทุกสิ่งที่จะเกิดขึ้นในอนาคต พระองค์ทรงจัดเตรียมโอกาสสุดท้ายเพื่อความรอดของท่านและทรงนำท่านด้วยความรักมั่นคงของพระองค์

ดูเถิด เราจะส่งเอลียาห์ผู้เผยพระวจนะมายังเจ้าก่อนวันแห่งพระเจ้า คือวันที่ใหญ่ยิ่งและน่าสะพรึงกลัวมาถึง และท่านผู้นั้นจะกระทำให้จิตใจของพ่อหันไปหาลูกและจิตใจของลูกหันไปหาพ่อ หาไม่เราจะมาโจมตีแผ่นดินนั้นด้วยคำสาปแช่ง

(มาลาคี 4:5-6)

ข้าพเจ้าขอบพระคุณและถวายเกียรติยศแด่พระเจ้าผู้ทรงนำไม่เฉพาะชนชาติอิสราเอลที่พระองค์เลือกเท่านั้นไปสู่หนทางแห่งความรอด แต่พระองค์ยังทรงนำชนทุกชาติไปสู่หนทางแห่งความรอดด้วยความรักที่ไม่มีวันสูญสิ้นของพระองค์ด้วยเช่นกัน

เกี่ยวกับผู้เขียน:
ดร. แจร็อก ลี

ดร. แจร็อก ลี เกิดที่เมืองมวน จังหวัดโจนนัม สาธารณะรัฐเกาหลี ในปี 1943 เมื่อท่านมีอายุ 20 ปี ดร. ลี ทนทุกข์ทรมานกับโรคภัยไข้เจ็บที่รักษาไม่ได้หลายชนิดเป็นเวลาถึงเจ็ดปี และนอนรอความตายโดยไม่มีความหวังของการหายโรคอย่างไรก็ตาม วันหนึ่งในช่วงฤดูใบไม้ผลิของปี 1974 พี่สาวของท่านได้พาท่านมาที่คริสตจักรและเมื่อท่านคุกเข่าลงอธิษฐานพระเจ้าผู้ทรงพระชนม์อยู่ทรงรักษาท่านให้หายจากโรคภัยไข้เจ็บทั้งสิ้นของท่านในทันที

นับตั้งแต่ดร.ลีพบกับพระเจ้าผู้ทรงพระชนม์อยู่ผ่านทางประสบการณ์อย่างอัศจรรย์นั้นเป็นต้นมาท่านรักพระเจ้าอย่างจริงใจและสุดหัวใจของท่าน ในปี 1978 ท่านได้รับการทรงเรียกให้เป็นผู้รับใช้ของพระเจ้า ท่านอธิษฐานอย่างร้อนรนเพื่อจะเข้าใจน้ำพระทัยของพระเจ้าอย่างชัดเจนและทำให้น้ำพระทัยนั้นสำเร็จอย่างสมบูรณ์พร้อมทั้งเชื่อฟังพระวจนะทั้งสิ้นของพระเจ้า ในปี 1982 ท่านก่อตั้งคริสตจักรมันมินในกรุงโซล ประเทศเกาหลีใต้ พระราชกิจอันมากมายของพระเจ้าซึ่งรวมถึงการรักษาโรคอย่างอัศจรรย์และหมายสำคัญต่าง ๆ เกิดขึ้นในคริสตจักรของท่านอย่างต่อเนื่อง

ในปี 1986 ดร.ลีได้รับการสถาปนาให้เป็นศิษยาภิบาล ณ ที่ประชุมสมัชชาประจำปีของคริสตจักรของพระเยซู "ซุงกุล" แห่งประเทศเกาหลีใต้และในปี 1990 (4

ปีต่อมา) คำเทศนาของท่านถูกนำไปเผยแพร่ในประเทศออสเตรเลีย สหรัฐอเมริกา รัสเซีย ฟิลิปปินส์ และอีกหลายประเทศผ่านพันธกิจของผู้ประกาศข่าวประเสริฐ (เอฟ.อี.บี.ซี.) สถานีวิทยุกระจายเสียงแห่งเอเชีย (เอ.บี.เอส.) และสถานีวิทยุคริสเตียนแห่งกรุงวอชิงตัน (ดับเบิ้ลยู.ซี.อาร์.เอส.)

สามปีต่อมาในปี 1993 คริสตจักรมันมินเซ็นทรัลเชิร์ชได้รับเลือกให้เป็นหนึ่งใน "50 คริสตจักรชั้นนำระดับโลก" โดยนิตยสาร "โลกคริสตชน" ของสหรัฐอเมริกาและท่านได้รับมอบปริญญาดุษฎีบัณฑิตกิตติมศักดิ์สาขาพันธกิจศาสตร์จากสถาบันพระคริสตธรรมที่มีชื่อเสียงสองแห่งในสหรัฐอเมริกา นั่นคือ วิทยาลัยคริสเตียนเฟธแห่งรัฐฟลอริด้าและสถาบันพระคริสตธรรมคิงส์เวย์ แห่งรัฐไอโอวา

นับตั้งแต่ปี 1993 เป็นต้นมา ดร.ลีเป็นผู้นำในการทำพันธกิจทั่วโลกโดยผ่านการรณรงค์เพื่อการประกาศที่จัดขึ้นในประเทศต่าง ๆ เช่น ประเทศแทนซาเนีย อาร์เจนติน่า อูกานดา ญี่ปุ่น ปากีสถาน เคนย่า ฟิลิปปินส์ ฮอนดูรัส อินเดีย รัสเซีย เยอรมันนี เปรู สาธารณะรัฐประชาธิปไตยคองโก และนครนิวยอร์ก สหรัฐอเมริกา ในปี 2002 ท่านได้รับการขนานนามว่าเป็น "ศิษยาภิบาลของคนทั่วโลก" โดยหนังสือพิมพ์คริสเตียนฉบับหนึ่งในประเทศเกาหลีใต้จากการทำพันธกิจด้านการประกาศพระกิตติคุณในต่างประเทศของท่าน

ในเดือนกุมภาพันธ์ 2008 คริสตจักรมันมินเซ็นทรัลเชิร์ชมีสมาชิกมากกว่า 1 แสนคนและมีคริสตจักรสาขาทั้งในและต่างประเทศอีก 7,800 แห่งทั่วโลก ปัจจุบันคริสตจักรส่งมิชชันนารีมากกว่า 127 คนไปยัง 25 ประเทศทั่วโลกซึ่งรวมถึงสหรัฐอเมริกา รัสเซีย เยอรมันนี แคนนาดา ญี่ปุ่น จีน ฝรั่งเศส อินเดีย เคนย่า และอีกหลายประเทศ

ในปัจจุบัน ดร.ลีเขียนหนังสือมากกว่า 50 เล่มซึ่งรวมถึงหนังสือที่มียอดขายสูงสุดเรื่อง "ลิ้มรสชีวิตนิรันดร์ก่อนความตาย" "ชีวิตและศรัทธาของข้าพเจ้า" "สาส์นจากกางเขน" "ขนาดแห่งความเชื่อ" "สวรรค์ภาค 1 และ 2" "นรก" และ "ฤทธานุภาพของพระเจ้า" งานเขียนของท่านถูกแปลเป็นภาษาต่าง ๆ มากกว่า 25 ภาษา

ปัจจุบัน ดร.ลีเป็นผู้ก่อตั้ง ผู้อำนวยการ และประธานของสมาคมและองค์กรมิชชันนารีจำนวนมากซึ่งรวมถึงการดำรงตำแหน่งประธานของสหคริสตจักรแห่งความบริสุทธิ์เกาหลี (UHCK); ผู้อำนวยการ The Nation Evangelization Paper; ผู้อำนวยการองค์การพันธกิจมิชชันมันมิน (MWM); ผู้ก่อตั้งสถานีโทรทัศน์มันมิน (Manmin TV); ผู้ก่อตั้งและประธานเครือข่ายสื่อมวลชนคริสเตียนทั่วโลก (GCN); ผู้ก่อตั้งและประธานเครือข่ายหมอคริสเตียนทั่วโลก (WCDN); และผู้ก่อตั้งและประธานสถาบันศาสนศาสตร์นานาชาติมันมิน (MIS)

หนังสือเล่มอื่น ๆ ที่เขียนขึ้นโดยผู้เขียนคนเดียวกันได้แก่...

I

สวรรค์ (ภาค 1)
สวรรค์ (ภาค 2)

คำบรรยายโดยละเอียดเกี่ยวกับสภาพแวดล้อมที่มีชีวิตชีวาซึ่งพลเมืองแห่งสวรรค์จะได้ชื่นชมและการบรรยายลักษณะอันงดงามของสวรรค์ชั้นต่าง ๆ
คำเชิญชวนให้เข้าสู่นครเยรูซาเล็มใหม่อันบริสุทธิ์ซึ่งประตูทั้งสิบสองบานของนครนี้ทำด้วยไข่มุกอันแวววาวระยิบระยับ นครนี้ตั้งอยู่ท่ามกลางสวรรค์อันรุ่งเรืองสุกใสเหมือนดังเพชรนิลจินดาที่มีค่า

ตื่นเถิดอิสราเอล

เพราะเหตุใดพระเจ้าจึงทรงเฝ้าดูอิสราเอลตั้งแต่จุดเริ่มต้นของโลกมาจนถึงปัจจุบัน อะไรคือการจัดเตรียมของพระเจ้าสำหรับอิสราเอล (ผู้ที่รอคอยพระเมสสิยาห์) ในช่วงวาระสุดท้าย

สาส์นจากกางเขน

ทำไมพระเยซูจึงเป็นพระผู้ช่วยให้รอดเพียงผู้เดียว เป็นข่าวสารแห่งการฟื้นฟูที่มีอานุภาพสำหรับทุกคนที่หลับใหลฝ่ายวิญญาณ ในหนังสือเล่มนี้ท่านพบถึงเหตุผลของการที่พระเยซูทรงเป็นพระผู้ช่วยให้รอดแต่พระองค์เดียวและความรักที่แท้จริงของพระเจ้า

ลิ้มรสชีวิตนิรันดร์ก่อนเสียชีวิต

เป็นบันทึกเรื่องจริงเกี่ยวกับคำพยานของศจ.ดร.แจร็อก ลีผู้ที่บังเกิดใหม่และได้รับการช่วยให้รอดจากหุบเหวแห่งความตายและดำเนินชีวิตคริสเตียนที่เป็นแบบอย่าง

ขนาดแห่งความเชื่อ

สถานที่แบบใด มงกุฎ และรางวัลชนิดใดที่ถูกจัดเตรียมไว้ในสวรรค์ หนังสือเล่มนี้จะให้ความรู้และคำแนะนำแก่ท่านในการวัดขนาดความเชื่อและการเพาะบ่มความเชื่อของท่านให้เจริญเติบโตมากที่สุด

www.urimbook.com

www.ingramcontent.com/pod-product-compliance
Lightning Source LLC
LaVergne TN
LVHW021818060526
838201LV00058B/3439
9791126313440